മുംബൈ റസ്റ്റോറന്റ്

CRIME THRILLER NOVEL

വിനോദ് നാരായണന്

Made with ♥ on the Notion Press Platform
www.notionpress.com

ക്രൈം ത്രില്ലർ പുസ്തക പ്രേമികൾക്കായി സമർപ്പിക്കുന്നു

ഉള്ളടക്കം

ആമുഖം

ഇസ്ലാബാദിലെ ആപ്ബാരയിൽ ഒരു പ്രൈവറ്റ് ഹോസ്പിറ്റലിന്റെ മറവിലാണ് പാക്ക് ചാരസംഘടനയായ ഐഎസ്ഐ പ്രവർത്തിക്കുന്നത്. പുറമേ നിന്ന് നോക്കിയാൽ അതൊരു പ്രൈവറ്റ് ഹോസ്പിറ്റലാണെന്നേ തോന്നൂ. ഇന്ത്യക്കെതിരെ പ്രവർത്തിക്കാൻ ലഷ്കറെ തോയിബയെ കൂട്ടുപിടിച്ചുകൊണ്ട് പലതരത്തിലുള്ള വിധ്വംസക പ്രവർത്തനങ്ങളാണ് അവർ നടത്തുന്നത്. അതിലൊന്നാണ് പാക്ക് നിർമിത വ്യാജ ഇന്ത്യൻ കറൻസിയുടെ പ്രചാരണം. അത്തരം കറൻസികൾ ഇന്ത്യയിൽ എങ്ങനെ വിതരണം ചെയ്യപ്പെടുന്നു? കേരളത്തിലെ അതിന്റെ ഏജന്റുമാർ ആരൊക്കെ? തുടങ്ങിയ ഗുരുതരമായ കുറ്റകൃത്യങ്ങളുടെ കെട്ടഴിക്കുകയാണ് ഇന്ത്യൻ ചാര സംഘടനയായ 'റോ'. ആ നോവൽ പരമ്പരയിലെ ഒരു പുസ്തകമാണ് മുംബൈ റസ്റ്റോറന്റ്.

1

അധ്യായം 1

ഇന്റർ സർവീസ് ഇന്റലിജൻസ് (ഐഎസ്ഐ) ആസ്ഥാനം പാക്കിസ്ഥാൻ

ആബ്പാര, ഇസ്ലാമാബാദ്

വെളുത്ത പശ്ചാത്തലത്തിൽ പച്ച നിറമുള്ള ഒരു പരിചക്ക് നടുവിൽ സർപ്പത്തെ തിന്നുന്ന മർഖൂർ ആടിനെയും അതിന് മുകളിലായി ചന്ദ്രക്കലയും നക്ഷത്രവും ആലേഖനം ചെയ്ത ആ പതാക പാക്ക് ചാരസംഘടനയായ ഐഎസ്ഐയുടേതാണ്.

മിലിട്ടറി വാഹനം പോലെ തോന്നിക്കുന്ന ഒരു മൂടിക്കെട്ടിയ ജീപ്പിന്റെ മുന്നിൽ ഇത്തരം പതാക ഒരെണ്ണം ഉണ്ട് എന്നതൊഴിച്ചാൽ മറ്റൊരു അടയാളവും കാണ്മാനില്ല.

മൊഹ്റയിൽ നിന്ന് വന്ന ആ വാഹനം ഒരു ആശുപത്രിയുടെ ഗേറ്റിൽ വന്ന് നിന്നു.

ഒരു പ്രൈവറ്റ് ഹോസ്പിറ്റലാണത്.

സെക്യൂരിറ്റി റൂമിൽ നിന്ന് ഒരു അതികായൻ ഇറങ്ങി വന്നു.

അയാൾ ആശുപത്രിയുടെ സെക്യൂരിറ്റി ജീവനക്കാരനണെന്നേ തോന്നു.

നീളൻ തലപ്പാവ് ധരിച്ച ഒരു മനുഷ്യനായിരുന്നു വാഹനം ഓടിച്ചിരുന്നത്.

അയാൾ താടി വളർത്തിയിരുന്നു.

മീശ മുഴുവനായി വടിച്ചുകളഞ്ഞിരുന്നു.

അയാൾ ഒരു ബാഡ്ജ് എടുത്തു സെക്യൂരിറ്റിയെ കാണിച്ചതോടെ ഗേറ്റ് തുറന്നുകൊടുത്ത് അവരെ അകത്തേക്ക് പോകാൻ അനുവദിച്ചു.

അകത്തെ വിശലമായ വളപ്പ് ജലധാരകൾ കൊണ്ടും പുൽത്തകിടികൾ കൊണ്ടും അലംകൃതമായിരുന്നു.

ഒരു ഹോസ്പിറ്റലിന് ചേരുന്ന എല്ലാ മോടികളും ഉണ്ട്.

വാഹനം ഒരു ഗാരേജിനുള്ളിലേക്കാണ് പോയത്.

അവിടെ ഒരു പ്രത്യേക പ്ലാറ്റ്ഫോമിൽ വണ്ടി നിർത്തിയിട്ടു.

പ്ലാറ്റ്ഫോം സാവധാനം താഴാൻ തുടങ്ങി.

അത് ഭൂഗർഭ ഇടനാഴിയിലാണ് എത്തിച്ചേർന്നത്.

'കോൾട്ട് എം8 അസാൾട്ട് കാർബിൻ മെഷീൻ ഗണ്ണുകൾ' ധരിച്ച പട്ടാളക്കാർ അവിടെ കാവൽ നിന്നിരുന്നു.

വാഹനത്തിൽ നിന്ന് അഞ്ച് പേര് ഇറങ്ങി.

അഞ്ച് പേരും സിവിലിയൻ വേഷത്തിലായിരുന്നുവെങ്കിലും അതിൽ രണ്ട് പേർ പട്ടാള ഉദ്യോഗസ്ഥരാണെന്ന് അവരുടെ ശരീരഭാഷകൊണ്ട് ഊഹിക്കാവുന്നതേയുള്ളൂ.

ഭൂഗർഭ ഇടനാഴി പല വശത്തേക്കും പിരിഞ്ഞുപോകുന്നു.

കാവൽ നിന്ന് പട്ടാളക്കാരൻ ആഗതരോട് ഇംഗ്ലീഷിൽ ചോദിച്ചു

" ഞാൻ താങ്കൾക്ക് എന്തെങ്കിലും സഹായം ചെയ്യണോ?"

ജീപ്പ് ഡ്രൈവറെ കൂടാതെ ഒപ്പം ഉണ്ടായിരുന്ന കിളരം കൂടിയ മനുഷ്യൻ ആ പട്ടാളക്കാരന്റെ തോളിൽ തട്ടി ഉറുദുവിൽ പറഞ്ഞു

" നിന്റെ ഇംഗ്ലീഷ് നല്ലതാണ്. പക്ഷേ അമേരിക്കക്കാരന്റെ ഭാഷ എനിക്ക് ഇഷ്ടമല്ല. നിനക്ക് ഉറുദു സംസാരിക്കാം."

" ശരി സാർ."

പട്ടാളക്കാരൻ ഉറുദുവിൽ മറുപടി പറഞ്ഞു.

" എന്നാൽ ശരി. ഞങ്ങളെ ലഫ്റ്റനന്റ് ജനറൽ അസീം മുനീറിന് അടുക്കൽ എത്തിക്കൂ."

" അതിന് നിർവാഹമില്ല. ഞാൻ മേജർ അഹമ്മദ് അൻസാരിയെ കണക്ട് ചെയ്യാം."

" എന്നാൽ അങ്ങനെ ചെയ്യൂ."

പട്ടാളക്കാരൻ ഇന്റർകോമിലൂടെ എന്തോ പറഞ്ഞു.

ആഗതർ ക്ഷമയോടെ കാത്തുനിന്നു.

പാക്ക് ചാരസംഘടനയായ ഐഎസ്ഐയുടെ ആസ്ഥാനമാണത്.

പുറമേ നിന്ന് നോക്കിയാൽ ഒരു സ്വകാര്യ ആശുപത്രിയുടെ കെട്ടും മട്ടുമാണ്.

മുറ്റത്ത് വിശാലമായ ഉദ്യാനം.

നല്ല ഫൗണ്ടനുകൾ.

പക്ഷേ ഭൂഗർഭ അറകളിലാണ് പ്രവർത്തനം മുഴുവൻ.

അത് പരന്നുകിടക്കുകയാണ്.

1947-48 ലെ ഇന്ത്യാ പാക്ക് യുദ്ധത്തിന് ശേഷമാണ് പാക്കിസ്ഥാൻ ഐഎസ്ഐക്ക് രൂപം കൊടുക്കുന്നത്.

ബ്രിട്ടീഷ് ഇന്ത്യൻ ആർമി മേജർ ജനറൽ സർ റോബർട്ട് കൗട്ട് ഹോം ആണ് ഈ ചാരസംഘടന പാക്കിസ്ഥാന് വേണ്ടി സ്ഥാപിച്ചത്.

മിലിട്ടറി ഇന്റലിജൻസ്, ഇന്റലിജൻസ് ബ്യൂറോ, നേവി, എയർഫോഴ്സ് ആർമി എന്നിവയുടെ കോ ഓർഡിനേഷൻ ആണ് ഐഎസ്ഐയുടെ മുഖ്യചുമതല.

നാല് പ്രധാന ഡിപ്പാർട്ട്മെന്റുകളാണ് ഇതിനുള്ളത്

ഒന്ന്. കോവർട്ട് ആക്ഷൻ ഡിവിഷൻ. ഇതൊരു പാരാ മിലിട്ടറി പ്രസ്ഥാനമാണ്. അമേരിക്കൻ ചാരസംഘടനയായ സിഐഎ ട്രെയിനിങ്ങ് കൊടുക്കുന്നവരാണ് ഇതിലെ ഉദ്യോഗസ്ഥർ.

രണ്ട് ജോയിന്റ് ഇന്റലിജൻസ് എക്സ്.

ഇവരുടെ ജോലി കോ ഓർഡിനേഷനാണ്.

മൂന്ന് ജോയിന്റ് ഇന്റലിജൻസ് ബ്യൂറോ. ഇവരുടെ ജോലി ഇന്ത്യൻ വ്യാജ നോട്ടുകൾ നിർമിച്ച് ഇന്ത്യയിൽ വിതരണം ചെയ്യുക എന്നതാണ്.

നാല് ജോയിന്റ് കൗണ്ടർ ഇന്റലിജൻസ് ബ്യൂറോ. ഈ ഡിപ്പാർട്ടുമെന്റിന്റെ മുഖ്യ ചുമതല ഇന്ത്യൻ ചാരസംഘടനയായ റോയെ നിരീക്ഷിക്കുക എന്നുള്ളതാണ്.

ഇടനാഴികളിൽ എവിടെ നിന്നോ ഒരു ഉദ്യാഗസ്ഥൻ പ്രത്യക്ഷപ്പെട്ടു.

അയാൾ ആഗതരുടെ അടുത്തെത്തി പറഞ്ഞു

" എന്റെയൊപ്പം വരൂ."

അയാൾ സാധാരണമട്ടിൽ ഒരു ഇളംനീല ചെക്ക് ഷർട്ട്ഇൻ ചെയ്ത പൊക്കം കുറഞ്ഞ മനുഷ്യനായിരുന്നു.

ആഗതർ അയാളെ പിന്തുടർന്നു.

നീളൻ ഇടനാഴികളിലൂടെ നടന്ന് ഒരു വിശാലമായ ഹാളിലാണ് അവർ എത്തിച്ചേർന്നത്.

പച്ചപ്പരവതാനി വിരിച്ച ഹാളിന്റെ ഒരു വശത്ത് കോൺഫറൻസിനുള്ള സജ്ജീകരണങ്ങൾ ഏർപ്പെടുത്തിയിരുന്നു.

വലിയ ഒരു മേശയുടെ പിന്നിൽ ഒരു തടിച്ച മനുഷ്യൻ എന്തോ എഴുതിക്കൊണ്ടിരിക്കുന്നു.

ആഗതരെ കണ്ട് അയാൾ തലയുയർത്തി.

അത് ലഫ്റ്റനന്റ് ജനറൽ അഹമ്മദ് പർവേസ് ഖയാനി ആയിരുന്നു.

ഐഎസ്ഐയുടെ രണ്ടാം നിര നേതാക്കന്മാരിൽ ഒരാൾ.

സൈനികഉദ്യോഗസ്ഥനെപ്പോലെ തോന്നിച്ച ആളും ജീപ്പ് ഡ്രൈവറും സല്യൂട്ട് അടിച്ചു.

അവരെ നയിച്ച ഇളം നീല ചെക്ക് ഷർട്ടുകാരൻ വലിയ മേശയുടെ അരികിലേക്ക് ചെന്ന് വിനീതനായി പറഞ്ഞു

" സർ, ഇവർ ജോയിന്റ് ഇന്റലിജൻസ് ബ്യൂറോയുടെ മിസ്റ്റർ ഷംസൂർ ഷൂജ ഇസ്ലം, ഗുലാം റഹ്മാൻ കല്ലു എന്നിവരാണ്."

മേശക്കുപിന്നിലിരുന്ന തടിച്ച മനുഷ്യൻ അവരുടെ കൂടെ വന്നവരേയും നോക്കി.

ഇളം നീല ചെക്ക് ഷർട്ടുകാരൻ അവരേയും പരിചയപ്പെടുത്തി.

" സർ ഈ കൂടെ വന്നിരിക്കുന്നത് ലഷ്ക്കർ ഈ തോയിബയുടെ ബേസ് ക്യാമ്പായ ലാഹോറിലെ മർക്കസ് ഈ തോയിബയിൽ നിന്നുള്ളവരാണ്."

അപ്പോഴേക്കും നാലഞ്ച് മുതിർന്ന സൈനികോദ്യോഗ്സ്ഥർ കൂടി അവിടേക്ക് വന്നു.

അവരെല്ലാവരും കസേരകളിൽ ഇരുന്നു.

ആഗതർക്കും ഇരിപ്പിടം ലഭിച്ചു.

ഒരു സൈനികോദ്യോഗസ്ഥൻ കൈയിൽ കരുതിയിരുന്ന ഒരു പായ്ക്കറ്റ് അഹമ്മദ് പർവേസ് ഖയാനിക്ക് കൈമാറി.

അയാൾ ആ പായ്ക്കറ്റ് പൊട്ടിച്ചുനോക്കി.

ഇന്ത്യൻ കറൻസി!

രണ്ടായിരം രൂപയുടേയും അഞ്ഞൂറ് രൂപയുടേയും ഓരോ കെട്ടായിരുന്നു അത്.

" ഇത് അവരുടെ കറൻസിയുമായി ഒത്തുനോക്കിയില്ലേ?"

" തീർച്ചയായും സർ. ഇന്ത്യൻ ബിക്കാനീർ കമ്മട്ടത്തിൽ നിന്ന് നമ്മുടെ ആളുകൾ കൊണ്ടുവന്ന മുദ്രണസംവിധാനങ്ങളും വാട്ടർമാർക്കും അതേ നിലവാരത്തിലുള്ള പേപ്പറും ഉപയോഗിച്ചുതന്നെയാണ് ഇതിന്റേയും അച്ചടി. നമ്മൾ എല്ലായ്പ്പോഴും

ചെയ്യുന്ന പോലെ തന്നെ. അതിനാൽ ഇതൊരിക്കലും കള്ളനോട്ട് മെഷിനിൽ തിരിച്ചറിയില്ല. ഒറിജിനൽ തന്നെയാണ്. പക്ഷ ഇന്ത്യൻ റിസർവ് ബാങ്ക് പുറത്തുവിട്ട കണക്കിന് മേലേയാകും കാര്യങ്ങൾ."

ഒരു സൈനിക ഉദ്യോഗസ്ഥൻ വിശദീകരിച്ചു.

അഹമ്മദ് പർവേസ് ഖയാനി തലയാട്ടിക്കൊണ്ട് പറഞ്ഞു

" അതെ നരേന്ദ്രമോദി സർക്കാർ നമ്മളെ പേടിച്ചാണ് ഭാരതത്തിൽ നോട്ട് നിരോധനം നടപ്പാക്കിയത്. പാക്കിസ്ഥാൻ 'കള്ളനോട്ടടിച്ച് പ്രചരിപ്പിക്കുന്നു എന്ന് പറഞ്ഞ് നോട്ട് നിരോധനം നടപ്പാക്കിയിട്ട് എന്തായി.

തിരികെ വന്ന ഏതാനും കള്ളനോട്ടുകൾ അന്നാട്ടിലെ ആളുകൾ തന്നെ അച്ചടിച്ചവയായിരുന്നു. അതുകൊണ്ട് റിസർവ് ബാങ്കിനും മോദി സർക്കാരിനും കണക്കുകൾ വിഴുങ്ങേണ്ടി വന്നു. കാരണം തിരികെയെത്തിയ നോട്ടുകൾ ഒന്നരഇരട്ടി കൂടുതലുണ്ടായിരുന്നു. എല്ലാം ഒറിജിനൽ. അത് ജനത്തിനോട് സമ്മതിച്ചാൽ കണക്കിലെ കളികളെ കുറിച്ച് ഭാരതീയ റിസർവ് ബാങ്ക് ഉത്തരം പറയണം. അതിനാൽ അത് പത്രങ്ങളോടും ജനത്തിനോടും മൂടിവച്ചിട്ട് 'റോ'യെ ഇറക്കിയിരിക്കുന്നു."

" അവരെ കൊണ്ട് എത്രമാത്രം ഉപദ്രവങ്ങളാണ് നമ്മൾ സഹിക്കുന്നത്. ഇന്ത്യൻ റോ റിസർച്ച് ആൻഡ് അനാലിസിസ് വിങ്ങ് ബലൂചിസ്ഥാനിൽ ഏറെക്കുറെ വിജയിച്ചിരിക്കുന്നു. പക്ഷേ ലോകരാജ്യങ്ങൾ അത് കണ്ടില്ലെന്ന് നടിക്കുന്നു. അതേ സമയം കശ്മീർ വിഷയത്തിൽ നാം പിന്നോട്ടടിക്കപ്പെട്ടിരിക്കുന്നു."

"ലോകം നമ്മളെ കുറ്റപ്പെടുത്തുന്നു. ലോകരാജ്യങ്ങൾ നമ്മുടെ സ്വാതന്ത്ര്യ സമര സേനാനികളെ ഭീകരർ എന്ന് വിളിക്കുന്നു. അമേരിക്കപോലും നമുക്ക് താക്കീത് തന്നുകൊണ്ടിരിക്കുന്നു. ഈ വിഷയത്തിൽ ചൈനയും ഇസ്ലാമികരാജ്യങ്ങളുമല്ലാതെ മറ്റൊരു പിന്തുണയും പ്രതീക്ഷിക്കേണ്ടതില്ല."

" അതുകൊണ്ടാണ് പറയുന്നത് ഇന്ത്യ എല്ലാ രീതിയിലും ആക്രമിക്കപ്പെടണം. നമ്മൾ റിക്രൂട്ട് ചെയ്ത് പരിശീലനം കൊടുക്കുന്ന കശ്മീർ സ്വാതന്ത്ര്യ സമര സേനാനികൾ നുഴഞ്ഞുകയറി ആക്രമിച്ചുകൊണ്ടേയിരിക്കണം. അതേ സമയം തന്നെ ആ രാഷ്ട്രത്തെ സാമ്പത്തികമായി തകർക്കുകയും വേണം."

" അതെ നമ്മൾ നിർമിക്കുന്ന ഇന്ത്യൻ കറൻസികൾ നമ്മുടെ സംവിധാനങ്ങളിലൂടെ നമ്മുടെ ആളുകൾക്ക് ഇന്ത്യയിലാകമാനം വിതരണം ചെയ്യപ്പെടുകയും അങ്ങനെ നമ്മുടെ സമുദായത്തിലെ ആളുകൾ ആ പണം ഉപയോഗിച്ച് വസ്തുവകകൾ വാങ്ങിക്കൂട്ടുകയും സമ്പന്നനിരയിലേക്ക് വരികയും ഇന്ത്യൻ വാണിജ്യത്തിലേയും രാഷ്ട്രീയത്തിലേയും കുത്തകപ്രാമാണിത്വം നേടുകയും വേണം."

" അതെ അവർ അത് നേടിക്കൊണ്ടിരിക്കുകയാണ്. നോക്കൂ.. ഇന്ത്യയുടെ തെക്കൻ സംസ്ഥാനമായ കേരളത്തിലേക്ക് നോക്കൂ, വെറും പെട്ടിക്കടക്കാരനും വെറ്റിലക്കച്ചവടക്കാരനും ഷോപ്പിങ്ങ് കോംപ്ലക്സുകൾ പടുതുയർത്തുന്നു. സ്ഥലങ്ങൾ വ്യാപകമായി വാങ്ങിക്കൂട്ടുന്നു. 2005 ൽ ആരംഭിച്ച നമ്മുടെ ആ തരംഗം ഇപ്പോഴും നിലച്ചിട്ടില്ല. ഇന്ത്യൻ റിയൽഎസ്റ്റേറ്റ് വിപണിയിൽ അന്ന് കുതിച്ചുപൊങ്ങിയത് മുന്നൂറിരട്ടി വിലയാണ്. അമ്പരന്നുപോയി അന്നത്തെ മൻമോഹൻ സർക്കാർ."

" അതെ. ഇപ്പോഴും അവർ അമ്പരക്കുന്നു. അതിന് തടയിടാൻ അവർക്ക് കഴിയാത്തതിന് കാരണം. നമ്മൾ അവിടെ വളർത്തുന്ന ഇന്ത്യൻ നായ്ക്കൾ തന്നെയാണ്. ശരിക്കും തീറ്റിപ്പോറ്റണം അവരെ. നമ്മൾ കാളക്കുട്ടന്മാരെ ചെയ്യുന്നതുപോലെ..ഹഹ.."

അഹമ്മദ് പർവേസ് ഖയാനി അത് പറഞ്ഞപ്പോൾ അവിടെ കൂട്ടച്ചിരി ഉയർന്നു.

അയാൾ ലഷ്കർ പ്രതിനിധികളുടെ നേർക്ക് തിരിഞ്ഞു

" എനിക്ക് നിങ്ങളോട് പറയാനുള്ളത് നിങ്ങൾ വിശ്വസിക്കുന്നവരുടെ വിശ്വസ്തത അളക്കാൻ തീർച്ചയായും നിങ്ങൾക്ക് കഴിയണം എന്നതാണ്. ഇന്ത്യൻ നായ്ക്കൾ..അവർ ഇസ്ലാമായിരിക്കാം.."

ആ വർത്തമാനം തടഞ്ഞുകൊണ്ട് മുതിർന്ന ലഷ്കർ പ്രതിനിധി പറഞ്ഞു:

" അത് അങ്ങനെ പറഞ്ഞുകൂടാ സർ. ഇന്ത്യയിലെ മുസ്ലിങ്ങൾ പാക്കിസ്ഥാനോട് കൂറ് പുലർത്തുന്നവരാണ് ലോകമെമ്പാടുമുള്ള സുന്നിമുസ്ലിങ്ങളെ ഒരു കുടക്കീഴിലാക്കിക്കൊണ്ട് ദി റിയൽ ഇസ്ലാമിക് സ്റ്റേറ്റ് സ്വപ്നം കാണുന്നവരാണ് നമ്മളെപ്പോലെ അവരും."

“ അതെ പക്ഷേ അതുപറയുമ്പോഴും സിറിയ, ജോർദാൻ, ഈജിപ്ത് തുടങ്ങിയ രാഷ്ട്രങ്ങളിൽ നിന്ന് ഇസ്ലാമിക് സ്റ്റേറ്റ് തുടച്ചുനീക്കപ്പെടുകയാണ്.”

“ ഒരിക്കലുമുണ്ടാകില്ല. ഐഎസ്, താലിബാൻ, ലഷ്കറെ തോയിബ തുടങ്ങിയ ഇസ്ലാമിക സ്വാതന്ത്ര്യപ്രസ്ഥാനങ്ങളെല്ലാം തന്നെ ഖലീഫത്തിനുള്ള പ്രേരണാഘടകങ്ങളാണ്. ഇതിന്റെയെല്ലാം സമന്വയം ജിഹാദിലൂടെ വൈകാതെ സാധ്യമാകും.”

“ അല്ലാഹു അക്ബർ.. നിങ്ങൾ എന്നാണ് ഇന്ത്യയിലേക്ക് പുറപ്പെടുന്നത്.

അഹമ്മദ് പർവേസ് ഖയാനി മനപൂർവം ലഷ്കർ പ്രതിനിധിയുടെ സംസാരത്തിന് വിരാമമിട്ടു.”

“ നാളെ വൈകിട്ട് തന്നെ.”

“ കറാച്ചിയിൽ നിന്ന് മാലിയിലേക്ക് പോകുന്ന കപ്പൽ റൗത്ത് സുൽത്താനാ മുംബൈ പോർട്ടിലും കൊച്ചിൻ പോർട്ടിലും അടുക്കും.”

നീല ചെക്ക് ഷർട്ടുകാരൻ വിശദീകരിച്ചു.

അയാൾ തുടർന്നു.

“ പ്രധാനം കൊച്ചിൻ പോർട്ടാണ്. മൂന്ന് കണ്ടെയ്നറാണ് അവിടെ ഇറക്കേണ്ടത്. മുബൈയിൽ ഒന്നും. 1199 നോട്ടിക്കൽ മൈൽ ദൂരമുണ്ട് കറാച്ചിയിൽ നിന്ന് കൊച്ചിയിലേക്ക്. പത്ത് നോട്ട്സ് സ്പീഡിൽ അഞ്ച് ദിവസം കടലിൽ കഴിയേണ്ടി വരും. കപ്പലിന്റെ റൂട്ട് ഇങ്ങനെയാണ് ദ്വാരക - പോർബന്തർ - ഡിയു - സൂറത്ത് - ഡാമൻ - മുംബൈ - രത്നഗിരി - ഗോവ മംഗലാപുരം - കോഴിക്കോട് - കൊച്ചി. ഈ പോർട്ടുകളിലെല്ലാം മറ്റ് സ്മഗ്ലിങ്ങ് ഏജന്റുമാരുടെ കണക്ഷൻ നമ്മുടെ കപ്പൽ വഴിയുണ്ട്. അതായത് സ്വർണം, കോക്കെയ്ൻ, പിന്നെ ആയുധങ്ങൾ വടക്കുകിഴക്കൻ സംസ്ഥാനങ്ങളിലെ മാവോയിസ്റ്റുകൾക്ക് ഉള്ളത്.”

“ ഒരു കാര്യം പ്രത്യേകം ശ്രദ്ധിക്കണം. അവിടത്തെ നമ്മുടെ ആളുകൾ വിശ്വസ്തരായിരിക്കണം.”

“ തീർച്ചയായും. മുംബൈയിൽ ദാവൂദ് ഇബ്രാഹിമിന്റെ സഹായി ചോട്ടാ ഷക്കീലിന്റെ ഗ്യാങ്ങിലെ സൽമാൻ ഖുറൈശി നോക്കിക്കൊള്ളും. കൊച്ചിയിൽ നമുക്ക് രണ്ട് പേരുണ്ട്. ഒന്ന് കേരളസിനിമയിലെ ഒരു ഫിലിം സ്റ്റാർ സമീർ. പിന്നെ ഇന്തോ ഗൾഫ് വ്യവസായി താജുദ്ദീൻ..”

" ഇൻശാ അള്ളാ.."

അഹമ്മദ് പർവേസ് ഖയാനി അങ്ങനെ പറഞ്ഞുകൊണ്ട് ആ കോൺഫറൻസ് അവസാനിപ്പിച്ചു.

ലഷ്കർ പ്രതിനിധികൾ ഐഎസ്ഐയുടെ ആതിഥ്യത്തിൽ തൊട്ടടുത്തുള്ള ഒരു റിസോർട്ടിലേക്ക് പോയി.

2

അധ്യായം 2

ബനിഗാലയിലെ നീലത്തടാകതീരത്തുള്ള റിസോർട്ടിൽ ലഷ്കർ പ്രതിനിധികൾ നാളെ ഉച്ചവരെ ഉണ്ടാകും.

അതുവരെയുള്ള നേരമ്പോക്കുകൾ അവിടെ ഏർപ്പാടാക്കിയിട്ടുണ്ട്.

മുളകൾ വരിഞ്ഞടുക്കി പച്ചയും മഞ്ഞയും നിറം കൊടുത്ത് ഹരിതസമൃദ്ധമായ ഒരു അന്തരീഷമായിരുന്നു അവിടെ.

ഒമാനി വേഷം ധരിച്ച ഒരു പലസ്തീൻ മധ്യവയസ്കയാണ് അവരുടെ ഹട്ടിന്റെ സൂപ്പർവൈസർ.

മധ്യവയസ്കയെങ്കിലും പ്രൗഢസൗന്ദര്യം നിറഞ്ഞുനിൽക്കുന്ന ഒരു സ്ത്രീയായിരുന്നു അവര്.

സിൽക്ക് പർദക്ക് ഉള്ളിൽ നിറഞ്ഞുതുളുമ്പുന്ന അവയവങ്ങളുടെ പ്രാമാണികത ലഷ്കറെ പ്രതിനിധികളെ ആവേശം കൊള്ളിച്ചു.

അത് മനസിലാക്കിയിട്ടെന്നോണം ആ സ്ത്രീ പറഞ്ഞു

" നിങ്ങൾ എപ്പോഴും ജിഹാദികളാണ്. അല്ലേ?"

" അതെ. ജീവിക്കുമ്പോഴും മരിക്കുമ്പോഴും ജിഹാദികളായിരിക്കാനാണ് ഞങ്ങൾ ഇഷ്ടപ്പെടുന്നത്."

" നിങ്ങളെ ആ നിലക്ക് ഞാൻ സൽക്കരിക്കട്ടെ.."

" തീർച്ചയായും. അങ്ങനെതന്നെ വേണം."

സ്ത്രീ രണ്ട് തവണ കൈ തട്ടിയതോടെ ആജാനുബാഹുമായ ഒരാൾ രണ്ട് യുവതികളെ കഴുത്തിന് പിടിച്ച് തള്ളിക്കൊണ്ടെന്നോണം വന്നു.

ദയാദാക്ഷിണ്യങ്ങളില്ലാതെ അവരെ അയാൾ മുന്നിലേക്ക് തള്ളി നീക്കി നിർത്തി.

ഭയം കൊണ്ട് വിറക്കുകയായിരുന്നു ആ യുവതികൾ.

പലസ്തീൻ സ്ത്രീ പുച്ഛത്തോടെയും അറപ്പോടെയും ആ യുവതികളെ നോക്കിക്കൊണ്ട് പറഞ്ഞു:

“ബലൂചികൾ..ഹിന്ദുപട്ടികൾ..പണ്ഡിറ്റുകൾ..”

ലഷ്കർ പ്രതിനിധികൾ മൂന്നുപേരും ആ രണ്ട് യുവതികളെ ആകമാനം പകയോടെ നോക്കി.

ആകാരസൗഷ്ഠവമുള്ള സുന്ദരികളായ യുവതികൾ.

ബലൂചിസ്ഥാൻ സ്വാതന്ത്ര്യത്തിനുവേണ്ടി വാദിക്കുന്നവരുടെ വീടുകളിൽ പാക്ക് പട്ടാളം റെയ്ഡ് നടത്തും.

ഹിന്ദുക്കളെയും ക്രിസ്ത്യാനികളേയും തിരഞ്ഞുപിടിച്ച് ആക്രമിക്കും.

പുരുഷ ന്മാരെ വെടിവച്ച് കൊല്ലും. യുവതികളെ തട്ടിക്കൊണ്ടുപോരും.

തട്ടിക്കൊണ്ടുവരുന്ന യുവതികളെ ലഷ്കറെ തോയിബയെപ്പോലുള്ള കശ്മീർ സ്വാതന്ത്ര്യസമരസേനാനികൾ ക്രൂരമായി ബലാത്സംഗം ചെയ്ത് ചിത്രവധം ചെയ്ത് ജിഹാദ് നടപ്പാക്കും. അതാണ് പതിവ്.

“ ഈ ഹിന്ദുകൊടിച്ചിപ്പട്ടികളുടെ യോനികളിൽ ഇസ്ലാമിന്റെ ശുക്ലം നിറച്ച് നിങ്ങളുടെ മൂർച്ചയുള്ള ആയുധം കൊണ്ട് ഇവരുടെ ഉദരം കീറി ഗർഭപാത്രം പിഴുത് പുറത്തെടുത്ത് കഴുതകൾക്ക് തിന്നാൻ കൊടുക്കണം.”

ആ പലസ്തീൻ സ്ത്രീ അറബിയിൽ മുരണ്ടു.

ബലൂചി പെൺകുട്ടികൾക്ക് അവർ പറഞ്ഞതിന്റെ അർത്ഥം മനസിലായില്ല.

റിസോർട്ട് ജീവനക്കാരൻ ആ പെൺകുട്ടികളെ ബലമായി മുറിയിലേക്ക് തള്ളിവിട്ടു.

ക്രൂരമായ ആത്മസംതൃപ്തി കൈവന്നതോടെ ആ പലസ്തീൻ സ്ത്രീ സ്ഥലം വിട്ടു.

പിന്നാലെ റിസോർട്ട് ജീവനക്കാരനും പോയി.

മൂന്ന് ലഷ്കറെ പ്രതിനിധികളും മുറിക്കകത്തേക്ക് കയറി വാതിൽ വലിച്ചടച്ചു.

ആ പാവം യുവതികൾ തറയിൽ കുത്തിയിരുന്ന് അവരെ നോക്കി കൈകൂപ്പി ബലൂച് ഭാഷയിൽ കേണപേക്ഷിച്ചു

" നിങ്ങളുടെ വിസ്ഥി വിഗ്രഹങ്ങളെ തൊഴുന്നതുപോലെ ഞങ്ങളെയെന്തിന് തൊഴണം. എന്നാൽ ഞങ്ങളുടെ ലിംഗങ്ങളെ ആരാധിക്കൂ. നിങ്ങൾ ലിംഗാരാധകരല്ലേ..!"

ലഷ്കർ പ്രതിനിധികൾ സ്വയം വിവസ്ത്രരായി.

അവർ ആ പെൺകുട്ടികളെ വലിച്ചെഴുന്നേൽപിച്ച് വസ്ത്രങ്ങൾ ചീന്തിയെറിഞ്ഞു.

അവർ ഉറക്കെ കരഞ്ഞപ്പോൾ ഇരു ചെവികളിലും കൈപ്പടങ്ങൾ ചേർത്ത് ഒരുമിച്ച് ആഞ്ഞടിച്ചു.

യുവതികൾ അതോടെ വിറങ്ങലിച്ചുപോയി.

അർധബോധത്തിൽ തലച്ചോറിലൂടെ വണ്ട് മൂളിപ്പറക്കുന്നതുപോലെയുള്ള ആ അന്തരീഷത്തിൽ ലഷ്ക്കർ പ്രതിനിധികൾ ആ പെൺകുട്ടികളെ മാറിമാറി പിച്ചിച്ചീന്തി.

മണിക്കൂറുകൾ നിരന്തരമായ പീഡനത്തിന് ശേഷം വിശ്രമത്തിനിരിക്കുമ്പോൾ ഒരുവന് ഒരാശയം തോന്നി.

വദനസുരതം ആസ്വദിക്കണം.

അയാൾ ഒരു പെൺകുട്ടിയെ കട്ടിലിൽ മലർത്തിക്കിടത്തി തല കട്ടിലിന് താഴേക്ക് താഴ്ത്തി വച്ചു.

" ഈ ഹിന്ദുപട്ടിച്ചിയെ വിശ്വസിക്കരുത്. ഇവൾ നിന്റേത് കടിച്ചെടുക്കും."

" നിങ്ങൾ ഇവളുടെ വായ അകത്തിപ്പിടിക്കൂ."

" അങ്ങനെ ചെയ്യാമല്ലോ.."

അപരൻ ആ യുവതിയുടെ നെഞ്ചിൽ കയറിയിരുന്ന് ഇരുകൈകൾ കൊണ്ടും മേൽത്താടിയും കീഴ്ത്താടിയും അകറ്റിപ്പിടിച്ചു.

മറ്റേയാൾ വദനസുരതം ചെയ്യ്തുതുടങ്ങി.

അപരന്റെ കനത്ത ഉപസ്ഥത്തിന് കീഴെ പാവം ബലൂചി പെൺകുട്ടിയുടെ ഹൃദയം തെരുതെരെ മിടിച്ചു.

ശ്വാസകോശങ്ങൾ ശ്വാസത്തിനായി കേണു.

ആവേശഭരിതനായ അപരൻ പെൺകുട്ടിയുടെ മേൽത്താടിയിലും കീഴ്ത്താടിയിലും ബലം പ്രയോഗിച്ചു.

പെൺകുട്ടി പിടഞ്ഞു.

കീഴ്ത്താടി തലയോടിൽ നിന്ന് പറിഞ്ഞുപോന്നു.

അപരൻ ആഹ്ലാദാരവത്തോടെ ആ കീഴ്ത്താടി അന്തരീഷത്തിൽ ചുഴറ്റി.

കടുത്ത വേദനയാൽ വികൃതമായ മുഖത്തോടെ പിടഞ്ഞുചാടിയ പെൺകുട്ടി മുറിയിൽ പ്രാണവേദനയോടെ നെട്ടോട്ടമോടി.

അവളുടെ ഓട്ടം അലോസരമായപ്പോൾ മറ്റൊരുവൻ അവളെ പിടിച്ചുനിർത്തി അവളുടെ തല ചുമരിൽ ആഞ്ഞിടിപ്പിച്ചു.

ഒറ്റയിടിക്ക് തന്നെ അവളുടെ തലയോട്ടി തകർന്ന് കണ്ണ് തുറിച്ച് അത് വഴി തലച്ചോറ് പുറത്തുവന്നു.

അന്ന് രാത്രി അത്താഴം അവർ മറ്റൊരു മുറിയിലാണ് കഴിച്ചത്.

റിസോർട്ട് ജീവനക്കാർ മറ്റേമുറി വൃത്തിയാക്കുന്ന തിരക്കിലായിരുന്നു.

മുറി എമ്പാടും രക്തപങ്കിലമായിരുന്നു.

തലച്ചോറും മാംസക്കഷണങ്ങളും ചിതറിക്കിടന്നിരുന്നു.

പെൺകുട്ടികളുടെ ഗുദങ്ങൾ കഠാരകൊണ്ട് കുത്തിക്കീറിയിരുന്നു.

രണ്ട് ജഡങ്ങളേയും പ്ലാസ്റ്റിക്ക് ചാക്കുകളിൽ പൊതിഞ്ഞ് രാത്രി തന്നെ റിസോർട്ടിന് സമീപമുള്ള തടകതീരത്തുള്ള മുളങ്കാടിന്റെ നടുവിലെ നിഗൂഢവും വിജനവുമായ ചെളിക്കുണ്ടിൽ താഴ്ത്തി.

അത്താഴസമയമത്രയും പാലസ്തീൻ സ്ത്രീയുമായി അവർ കുശലം പറഞ്ഞുകൊണ്ടിരുന്നു.

അതായത് ബലൂചി പെൺകുട്ടികളെ അവർ എങ്ങനെയാണ് ആസ്വദിച്ചതെന്ന് വിശദീകരിക്കുകയായിരുന്നു.

ആ സ്ത്രീ അതെല്ലാം ആസ്വദിച്ച് പൊട്ടിച്ചിരിച്ചുകൊണ്ടിരുന്നു.

പിറ്റേന്ന് ഉച്ചഭക്ഷത്തിന് ശേഷം ഇസ്ലാമാബാദിൽ നിന്ന് കറാച്ചിയിലേക്കുള്ള വിമാനത്തിൽ ആ മൂന്നുപേരും തങ്ങളുടെ ദൗത്യത്തിനായി പുറപ്പെട്ടു.

3

അധ്യായം 3

ഇന്ത്യൻ സമയം രാത്രി കൃത്യം 8.30 ന് റൗത്ത് സുൽത്താനാ എന്ന കൂറ്റൻ ജലയാനം കറാച്ചി തുറമുഖത്ത് നിന്ന് പുറപ്പെട്ടു.

ആ മൂന്ന് ലഷ്കർ പ്രതിനിധികളും കപ്പലിൽ പ്രവേശിച്ചിരുന്നു.

പരമ്പരാഗത വേഷങ്ങളിൽ നിന്ന് മാറി സഫാരി സ്യൂട്ടോ ഇന്നെഡ് ഷർട്ടോ ആണ് അവരുടെ വേഷം.

ഐഎസ്ഐയുടെ അതിഥികളായതിനാൽ കപ്പലിൽ അവർക്ക് പ്രത്യേക പരിഗണനയുണ്ടായിരുന്നു.

കപ്പലിന്റെ ഒരു ഉന്നത ഉദ്യോഗസ്ഥൻ അവരുടെ സഹായിയായി കൂടെ ഉണ്ടായിരുന്നു.

അയാളാണ് കപ്പലിന്റെ കണ്ടെയ്നർ പ്ലാറ്റ്ഫോമിലേക്ക് അവകൈ കൂട്ടിക്കൊണ്ടുപോയത്.

ഇന്ത്യയിൽ എത്തിക്കേണ്ട വ്യാജകറൻസി അടക്കം ചെയ്ത കൂറ്റൻ കണ്ടെയ്നറുകൾ അവിടെ അട്ടിയിട്ടിരിക്കുന്നത് അയാൾ അവരെ കാണിച്ചുകൊടുത്തു.

" ഇതിന്റെ ഉള്ളടക്കം എന്താണ്?"

ലഷ്കർ പ്രതിനിധി ചോദിച്ചു.

" സാധാരണഗതിയിൽ അസംസ്കൃത കോട്ടൺ, കോട്ടൺ നൂൽ, ഫ്രഷ് ഫ്രൂട്ട്സ്, ധാതുക്കൾ, സിമന്റ്. തുകൽ എന്നിവ പാക്ക് കയറ്റുമതി വസ്തുക്കളാണ്. അതിന്റെ മറവിലേ ഇത്തരം കാര്യങ്ങൾ നമുക്ക്

ചെയ്യാനൊക്കൂ. ഇപ്പോൾ നമ്മൾ തടികൾ ഉപയോഗിക്കുന്നു. എല്ലാ പോർട്ടുകളിലും തടികളാണ് ഇറക്കുക. തടികൾക്കുള്ളിൽ കറൻസിയായിരിക്കും. അത് അന്വേഷണഏജൻസികൾക്ക്

കണ്ടെത്താൻ പ്രയാസമാണ്. ഓരോ തടിയും അറുത്തുനോക്കേണ്ടി വരും. കൃത്യമായ ഒറ്റുകാരില്ലാതെ അവർക്കത് പിടിക്കാൻ സാധ്യമല്ല.പക്ഷേ സൂക്ഷിക്കണം."

" എന്ത്..ഇത് നമ്മുടെ നിയന്ത്രണത്തിലുള്ള കപ്പലല്ലേ?"

" അതെ. പക്ഷേ ..പക്ഷേ ഭയക്കേണ്ടത് മറ്റ് ചിലരേയാണ്."

" ആര് 'റോ'യെ..?"

" അല്ല..റോ നമ്മുടെ നിരീക്ഷണത്തിലുള്ളതാണ്. അപകടകാരി 'മൊസാദ്' ആണ്..ഇസ്രയേൽ ചാരസംഘടന. പിന്നെ ബ്രിട്ടീഷ് ഏജന്റുകൾ. ഇപ്പോൾ സിഐഎയും നമുക്കെതിരെ തിരിഞ്ഞിരിക്കുന്നതിനാൽ അവരേയും സൂക്ഷിക്കണം."

" ഈ കപ്പിൽ അവർ ഉണ്ടോ?"

" ആരേയും വിശ്വസിക്കാൻ കഴിയില്ല. ഞാൻ നിങ്ങൾക്ക് ഒരാളെ പരിചയപ്പെടുത്താം."

" ആരെ?"

" വരൂ.."

അയാൾ അവരെ കപ്പലിന്റെ ഡെക്കിലേക്ക് കൊണ്ടുപോയി.

ഇരുണ്ടമാനം.

ആകാശത്ത് നക്ഷത്രങ്ങൾ തത്തിക്കളിക്കുന്നു.

തണുത്ത സമുദ്രക്കാറ്റ് വീശിയടിക്കുന്നു.

തിരമാലകളുടെ രവം കേൾക്കാം.

കപ്പലിന്റെ ഡെക്ക് ഒരു നൈറ്റ് ക്ലബ് പോലെ പ്രകാശമാനമായിരുന്നു.

വർണക്കുടകൾക്ക് കീഴിൽ ഇട്ടിരുന്ന മേശകളും കസേരകളും.

ആളുകൾ ബീയറും പാനീയങ്ങളും നുകരുന്നു.

അയാൾ അവരെ കൊണ്ടുപോയത് ഒരു ദമ്പതികളുടെ അടുത്തേക്കായിരുന്നു.

" ഇവരെ അറിയുമോ?"

" തീർച്ചയായും."

ലഷ്കർ പ്രതിനിധികൾ ദമ്പതികളിലെ പുരുഷന് ഹസ്തദാനം ചെയ്തു.

" അസലാമുവലൈകും."

അത് പാക്കിസ്താൻ ക്രിക്കറ്റർ ജാവേദ് മിയാൻദാദ് ആയിരുന്നു.

അടുത്തിരിക്കുന്ന സ്ത്രീ അയാളുടെ പത്നി മഹ്റൂഖ് ഇബ്രാഹിം.

അവർ ദാവൂദ് ഇബ്രാഹിമിന്റെ പുത്രിയാണ്.

" വഅലൈകുമസലാം."

" നിങ്ങൾക്ക് ഇവരുടെ അച്ഛനെ കാണാൻ ആഗ്രഹമുണ്ടോ. ഞാൻ ഉദ്ദേശിച്ചത് സാക്ഷാൽ ദാവൂദ് ഇബ്രാഹിമിനെയാണ്."

" തീർച്ചയായും."

" പക്ഷേ എനിക്ക് തീർച്ചയില്ല. നമുക്ക് നോക്കാം അദ്ദേഹം തിരക്കിലാണോ എന്ന്. എന്തായാലും ഈ ഷിപ്പിൽ അദ്ദേഹമുണ്ട്. പുറംകടലിൽ നിന്ന് ബോട്ടുമാർഗം ഇന്ത്യൻ തീരത്തേക്ക് പോയേക്കും."

അയാൾ മുമ്പേ നടന്നു.

പ്രതിനിധികൾ അയാളെ അനുഗമിച്ചു.

ഷിപ്പിന്റെ ഡക്കിലെ റെസ്റ്റോറന്റിന്റെ കിച്ചണിലേക്ക് അയാൾ പോയത്.

കിച്ചണിനരികിൽ ഒരു സാധാരണ മുറിയിൽ നിന്ന് ഒരു രഹസ്യകവാടം ഉണ്ടായിരുന്നു.

ആഡംബരപൂർണമായ ഒരു രാജകീയ സ്യൂട്ടിലേക്കാണ് അവർ പ്രവേശിച്ചത്.

ഹിന്ദിസിനിമകളെ വെല്ലുന്ന നാടകീയപരിവേഷത്തോടെ 'മിസ്റ്റർ ഡി' അവിടെയിരിക്കുന്നുണ്ടായിരുന്നു.

ഏതാനും വാര അകലെ നിന്ന് അയാളെ കാണുക മാത്രമേ കഴിഞ്ഞുള്ളൂ,

കാരണം ചൈനീസ് - തുർക്കി സർക്കാർ പ്രതിനിധികളുമായുള്ള ദീർഘസംഭാഷണത്തിലായിരുന്നു ദാവൂദ്.

ഒരു വശത്തേക്ക് ഒതുക്കി ചീകിവച്ച മുടി.

സദാ കണ്ണിൽ ധരിക്കാറുള്ള റായ്ബാൻ കൂളിംഗ് ഗ്ലാസ് തലയിലേക്ക് കയറ്റിവച്ചിരിക്കുന്നു.

പ്രായം ചർമത്തെ ബാധിച്ചിരിക്കുന്നു.

ഷിപ്പ് ഉദ്യോഗസ്ഥൻ ശബ്ദം താഴ്ത്തി പറഞ്ഞു:

" ഇന്ത്യക്കെതിരെയുള്ള നമ്മുടെ ഏറ്റവും വലിയ തുറുപ്പുചീട്ടാണ് ആ ഇരിക്കുന്നത്. വരൂ.."

മുറിക്ക് പുറത്തിറങ്ങി നടക്കുന്നതിനിടെ അയാൾ വിശദീകരിച്ചു

" മഹാരാഷ്ട്രയിലെ രത്നഗിരിയിൽ ഒരു പോലീസുകാരനായ ഇബ്രാഹിം കാസ്ക്കറുടെ മകനായി ജനിച്ച് ഇന്ത്യയെ വിറപ്പിച്ച മുസ്ലിം. മുസ്ലിമെന്നാൽ ഇങ്ങനെ വേണം. ലോകത്തെ പത്ത് മോസ്റ്റ് വാണ്ടഡ് ക്രിമിനലുകളിൽ പ്രമുഖൻ. എനിക്ക് തോന്നുന്നത് നിങ്ങൾക്ക് ഭക്ഷണം കഴിക്കാറായി എന്നാണ്."

" ശരിയാണ് നന്നായി വിശക്കുന്നുണ്ട്."

" എന്നാൽ ആഹാരം കഴിച്ച് വിശ്രമിച്ചോളൂ. വെളുപ്പിന് ആറുമണിക്ക് നമ്മൾ പോർബന്തർ തീരം കടക്കും."

ഷിപ്പ് ഉദ്യോഗസ്ഥൻ ശുഭരാത്രി നേർന്ന് അയാളുടെ കാബിനിലേക്ക് പോയി.

ഈ സമയം ആ കൂറ്റൻ ജലയാനത്തിന്റെ മറ്റൊരു ഭാഗത്ത് ഒരു പ്രണയനാടകം അരങ്ങേറുന്നുണ്ടായിരുന്നു.

വിഐപി ലോഞ്ചിന്റെ പതിനാറാം നമ്പർ മുറിയുടെ വാതിലിൽ അതിദ്രുതം മുട്ട് കേട്ടു.

ലാപ്ടോപ്പിൽ എന്തോ പരതിക്കൊണ്ടിരുന്ന ഒരു ചെറുപ്പക്കാരൻ എഴുന്നേറ്റുചെന്നു.

അയാൾക്ക് നാൽപത്തിയഞ്ച് വയസെങ്കിലും പ്രായമുണ്ടായിരുന്നു.

അയാൾ തെല്ല് പരിഭ്രമത്തോടെ വാതിൽ തുറന്നു.

വാതിൽക്കൽ അതിസുന്ദരിയായ ഒരു യുവതി നിൽക്കുന്നുണ്ടായിരുന്നു.

" ശിവാനി കൗർ.."

അയാൾ അത്യാദരപൂർവം, അതിലേറെ പ്രേമം ഒളിപ്പിച്ചുവച്ച് ചോദിച്ചു.

" അതെ. എന്നെ അകത്തേക്ക് ക്ഷണിക്കുന്നില്ലേ."

" തീർച്ചയായും വരൂ."

അവൾ അകത്തു കടന്നു.

അയാൾ വാതിൽ ബന്ധിച്ചു.

അവൾക്ക് മുപ്പതുവയസിന്റെ സൗന്ദര്യമുണ്ടായിരുന്നു.

അവൾ അയാളുടെ ബാഗേജിന്റെ സ്ലിപ്പിൽ എഴുതിയത് ഞൊടിയിട കൊണ്ട് വായിച്ചെടുത്തു.

" ശിവരാജ് മിശ്ര, അസിസ്റ്റന്റ് സെക്രട്ടറി, പ്രതിരോധമന്ത്രാലയം, ഇന്ത്യാഗവണ്മെന്റ്."

" ഞാൻ കുടിക്കാൻ കൊണ്ടുവരാൻ പറയട്ടെ.."

അതുകേട്ട് ശിവാനി പൊട്ടിച്ചിരിച്ചു.

" എന്തിനാണ് എന്നോട് ഈ ഔപചാരികത. ഫേസ്ബുക്കിൽ നമ്മൾ ആത്മമിത്രങ്ങളാണ്. കാണുന്നത് ഇപ്പോൾ മാത്രമാണ് എന്നല്ലേയുള്ളൂ."

" നേരിൽ കണ്ടപ്പോൾ ഇത്രയും പ്രതീക്ഷിച്ചില്ല."

" എത്രയും..?"

" ഈ സൗന്ദര്യം..!"

" പഞ്ചാബിരക്തത്തിന്റെ ഗുണം.."

ശിവാനി അതുപറഞ്ഞ് മണി കിലുങ്ങുന്നതുപോലെ മൃദുവായി ചിരിച്ചു.

ശിവരാജ് അവളുടെ ചിരി മിഴികളാൽ നുകർന്നുകൊണ്ട് കിടക്കയിലേക്ക് ഇരുന്നു.

" ശിവാനി ഇരിക്കൂ.."

" എവിടെ?"

" ഇഷ്ടമുള്ളിടത്ത്.."

മുറിയിൽ രണ്ട് സെറ്റികളും ബെഡ്ഡുമുണ്ടായിരുന്നു.

അവൾ അയാളുടെ ചാരെ ബെഡ്ഡിലിരുന്നു.

ലാഹോർ ചന്ദനത്തൈലത്തിന്റെ മൃദുഗന്ധം അവളിൽ നിന്ന് പുറപ്പെട്ടുകൊണ്ടിരുന്നു.

" ഞാൻ ശിവാനിയുടെ കവിതകൾ ഫേസ്ബുക്കിൽ വായിക്കാറുണ്ട്. ലൈക്കും ചെയ്യാറുണ്ട്."

ശിവാനി ചിരിച്ചു.

അവൾ മനസിലോർത്തു, കൽക്കത്തയിലെ പുതുകവി ദിനേഷ് ഭട്ടാചാര്യയുടെ കവിതകളുടെ ഹിന്ദി തർജമയാണ് സ്വന്തം പേരിൽ ഫേസ്ബുക്കിൽ വീശുന്നതെന്ന് ഇയാൾ അറിയുന്നില്ലല്ലോ.

" ശിവാനി എങ്ങോട്ടുപോകുന്നുവെന്ന് പറഞ്ഞില്ലല്ലോ."

" മുംബൈയിലേക്ക്. ഞാൻ ബജാജ് ഫാമിലിയുടെ മരുമകളാണെന്ന് അറിയാമല്ലോ. ഭർത്താവ് രൂപൻ ബജാജ് കറാച്ചിയിലെ സ്റ്റീൽ കമ്പനിയുടെ ചുമതലയേറ്റിരിക്കുന്നു."

" അപ്പോൾ കൂടെ ഭർത്താവുണ്ടോ?"

" ഇല്ല..ഭാഗ്യവശാൽ.."

ശിവരാജ് മിശ്ര ഒരു ദീർഘനിശ്വാസമുതിർത്തു.

ശിവാനി എഴുന്നേറ്റിട്ടുചോദിച്ചു

" ശിവരാജ് ഷാംപെയ്ന് കഴിക്കുമെന്ന് ഞാൻ വിചാരിക്കട്ടെ."

" തീർച്ചയായും."

അവൾ മുറിയുടെ മൂലയിലെ ഫ്രിഡ്ജ് തുറന്ന് ഷാംപെയ്ന് എടുത്ത് രണ്ട് ചഷകങ്ങളിൽ പകർന്നു.

കടുത്ത ബ്രൗൺ നിറമുള്ള വെൽവെറ്റ് വസ്ത്രത്തിനുള്ളിൽ അവളുടെ നിതംബങ്ങൾ മനോഹരമായി ഉലയുന്നത് അയാൾ നോക്കിയിരുന്നു.

അവൾ ഷാംപെയ്ന് ചഷകം അയാൾക്ക് സമ്മാനിച്ചപ്പോൾ അവളുടെ ചുടുനിശ്വാസം അയാളുടെ മുഖത്ത് തട്ടി.

അയാൾ ഇരുന്ന ഇരിപ്പിൽ പൊടുന്നനെ ഇടംകൈ കൊണ്ട് അവളുടെ നിതംബത്തെ പുണർന്ന് തന്നോട് ചേർത്തു.

അവളുടെ സ്നിഗ്ദമായ അടിവയർ അയാളുടെ മുഖത്ത് ചേർന്നു.

ശിവാനി അയാളുടെ മുടിയിഴകളിൽ വിരലുകൾ ചേർത്തുകൊണ്ട് ഗൂഢമായ ചിരിയോടെ ഷാംപെയ്ൻ കുടിച്ചുതീർത്തു.

അയാൾ ആർത്തിയോടെ അവളെ വിവസ്ത്രയാക്കാൻ ശ്രമിക്കുന്നതിനിടെ അവൾ പറഞ്ഞു:

" ആ ഷാംപെയ്ൻ കുടിക്കൂ."

അവളുടെ നിർബന്ധത്തിന് വഴങ്ങി അയാൾ അത് ഒരു വലിക്ക് കുടിച്ചുതീർത്തു.

അനന്തരം ശിവാനി വിവസ്ത്രയായി.

ചന്ദനത്തിൽ കടഞ്ഞെടുത്ത ഒരു ശിൽപം പോലെ മനോഹരി.

ഒരു പഞ്ചാബി സൗന്ദര്യത്തേക്കാൾ അവളിൽ തെറിച്ചുനിന്നത് പാഴ്സി സൗന്ദര്യത്തിന്റെ മാസ്മരികതയായിരുന്നു.

ശിവാനി കിടക്കയിലേക്ക് മലർന്നുവീണു.

അവളുടെ പൂർണനഗ്നതയിലേക്ക് അയാൾ പടർന്നുകയറാൻ ശ്രമിച്ചു.

വെണ്ണക്കൽ ശില്പം പോലെയുള്ള മുലകളിൽ ചുണ്ടുകൾ കൊണ്ട് പരതുന്നതിനിടെ തന്റെ ബോധം മറഞ്ഞുപോകുന്നതായി ശിവരാജ് മിശ്രക്ക് തോന്നി.

സ്വപ്നത്തിൽ സ്വർഗലോകത്ത് എത്തിപ്പെട്ടത് പോലെ.

ശിവാനി അനങ്ങാതെ കിടന്നു.

ക്രമേണ അയാൾ നിശ്ചലനായി.

അയാളുടെ ബോധം മറഞ്ഞുകഴിഞ്ഞിരുന്നു.

ശിവരാജിനുള്ള ഷാംപെയ്നിൽ അവൾ തന്ത്രപൂർവം മയക്കുമരുന്ന് കലർത്തിയിരുന്നു.

അവൾ അയാളുടെ ഭാരിച്ച ശരീരത്തെ തന്റെ മേലെ നിന്ന് പൊക്കിമറിച്ചിട്ടു.

എന്നിട്ട് സാവധാനം അയാളുടെ ലാപ് ടോപ് പരിശോധിച്ചു.

ഇന്ത്യൻ പ്രതിരോധ സംവിധാനത്തിന്റെ പ്രധാനവിവരങ്ങൾ പലതും അതിലുണ്ടായിരുന്നു.

അതെല്ലാം അവൾ താൻ കരുതിയിരുന്ന ഹാർഡ് ഡ്രൈവിലേക്ക് പകർത്തി.

അതിനുശേഷം ശിവരാജിന്റെ എല്ലാ ബാഗുകളും അവൾ പരിശോധിച്ചു.

ഒരു ഹാർഡ് ഡിസ്ക് കിട്ടി.

അവള് അതും തന്റെ ഹാൻഡ് ബാഗിൽ നിക്ഷേപിച്ചു.

ഈ രംഗങ്ങളെല്ലാം അവളുടെ ഹാൻഡ് ബാഗിൽ പിടിപ്പിച്ചിരുന്ന സ്പൈ ക്യാമിലൂടെ ഐഎസ്ഐയുടെ ഉദ്യോഗസ്ഥർ വീക്ഷിച്ചുകൊണ്ടിരുന്നു.

തങ്ങളുടെ ലക്ഷ്യം സഫലമായതിൽ അവർ കൈയടിച്ച് ആഹ്ലാദം പ്രകടിപ്പിച്ചു.

ശിവാനി ബജാജ് എന്ന് സ്വയം പരിചയപ്പെടുത്തിയ യുവതി എല്ലാം കഴിഞ്ഞ് വസ്ത്രങ്ങൾ ധരിച്ചു. അവൾ കിടക്കയിൽ മലർന്നടിച്ച് കിടക്കുന്ന ശിവരാജ് മിശ്രയെ നോക്കി പുച്ഛരത്തോടെ ചിരിച്ചു.

അവൾ ഒരു പെർമനന്റ് മാർക്കർ എടുത്ത് അയാളുടെ ഉദരത്തിൽ എഴുതി

" ഞാൻ ശിവാനി ബജാജ് അല്ല. നിനക്ക് കണ്ടുപിടിക്കാമെങ്കിൽ കണ്ടുപിടിക്കൂ. പക്ഷേ നീയും ഞാനുമായുള്ള തുണിയില്ലാതത് വീഡിയോ നിന്റെ തലക്ക് മുകളിലുണ്ട്. നിന്റെ രാജ്യത്തിന്റെ പ്രതിരോധ സംവിധാനത്തിന്റേയും."

പിന്നെ അവൾ 'ഗുഡ് ബൈ' എന്ന് എഴുതി

. അത് അയാളുടെ ലിംഗത്തിന്റെ മുകളിലായിരുന്നു.

"ഇത് മാഞ്ഞുപോകാൻ നീ കുറേ തേച്ചുകഴുകേണ്ടിവരും."
ശിവാനി ചിരിയോടെ വാതിൽ തുറന്ന് പുറത്തേക്ക് പോയി.
അപ്പോഴേക്കും സമയം പുലർച്ചെ ആറുമണിയായിരുന്നു.
പോർബന്തർ തുറമുഖത്ത് കപ്പൽ നങ്കൂരമിട്ടിരിക്കുകയായിരുന്നു.
ശിവാനി അതിവേഗം പുറത്തേക്ക് നീങ്ങി.

4

അധ്യായം 4

സമയം പ്രഭാതമാകുന്നതേയുള്ളൂ.

മട്ടാഞ്ചേരി സയീദ് മസ്ജിദിന്റെ മൂന്നാം നിലയിലെ പള്ളിക്കമ്മറ്റി സെക്രട്ടറിയുടെ മുറിയിൽ നിന്ന് നോക്കിയാൽ കായലിനക്കരെ കൊച്ചി ബാർബർ ടെർമിനസ് കാണാം.

പടുകൂറ്റൻ ക്രെയിനുകൾ ഇളം വെയിലേറ്റ് തിളങ്ങുന്നത് കാണാം.

കുറച്ചപ്പുറത്തുള്ള സുബ്രഹ്മണ്യസ്വാമി ക്ഷേത്രത്തിൽ നിന്ന് ഭക്തിഗാനങ്ങൾ ഒഴുകിവരുന്നുണ്ട്.

താഴെ ഗേറ്റിലൂടെ ഓത്തിന് മദ്രസയിലേക്ക് പിള്ളേര് വരുന്നുണ്ട്.

കുഞ്ഞിപ്പർദകളിൽ ഒമാനിയൻ രീതിയിൽ തട്ടം കെട്ടിയാണ് പെൺകുട്ടികൾ വരുന്നത്.

കേരളത്തിന്റെ തനതായ ഇസ്ലാമികവേഷവിധാനങ്ങളിൽ നിന്ന് മാറി വിദേശഇസ്ലാമികരാജ്യങ്ങളെ അതിവേഗം അനുകരിക്കുകയാണ് ആളുകൾ.

സമദ് ഇന്നലെ വൈകീട്ടാണ് അവിടെ ചേക്കേറിയത്.

മുക്രി അബ്ദുൾസലാം ഒരു ചായ കൊണ്ടുവന്ന് അവന് കൊടുത്തു.

സമദ് അത് പതിയെ മൊത്തിക്കുടിച്ചു.

“ നിങ്ങളെവിടുന്നാണ് ഭായി?”

മുക്രി ചോദിച്ചു.

“ തിരൂര്..അവിടെ കൽക്കെട്ടി ബാവച്ചി എന്ന് കേട്ടിട്ടുണ്ടോ..എന്റെ വാപ്പയാണ്.”

“ കേട്ടിട്ടുണ്ടാവും...”

“ പള്ളിക്കമ്മറ്റി സെക്രട്ടറി ഇബ്രാഹിം തങ്ങൾ വാപ്പയുടെ പരിചയക്കാരനാണ്.”

“ എന്തേ ഇവിടിങ്ങനെ?”

“ ഇവിടെയടുത്തുള്ള തരക്കേടില്ലാത്ത ഒരു റസ്റ്റോറന്റിൽ സൂപ്പർവൈസറായി ജോലി തരപ്പെട്ടിട്ടുണ്ട്. ബിടെക് എടുത്ത് കുറേനാൾ തേരാപാരാ നടന്നു. നാട്ടിൽ ബിടെക്ക്കാരെ തട്ടിയിട്ട് നടക്കാൻ വയ്യാത്ത നിലയിലാണ്.”

“ എന്തിനാണെടോ പഠിപ്പ്..വിവരം പോരേ..നിങ്ങള് മരക്കാര്ന്ന് കേട്ടിട്ടുണ്ടോ..വെറും നാലാം ക്ലാസാണ്. പക്ഷേ കോടീശ്വരനാണ്..ഒക്കെ തനിച്ച്ണ്ടാക്കീത്..”

“ ഭാഗ്യം വേണം.”

“ അതന്നെ ഭാഗ്യം വേണം..ആട്ടെ ആ ഹോട്ടലില് സൂപ്രവൈസറ് പണിയേ നിങ്ങക്ക് കിട്ടിയുള്ളൂ. അതിനൊക്കെ ബംഗാളികള് ഇഷ്ടംപോലേണ്ട്...”

“ എന്നാപ്പിന്നെ മുക്രി അതിലും മൂത്ത ഒരു പണി എനിക്ക വാങ്ങിത്താ..”

“ ഞാൻ നോക്കട്ടെ.”

മുക്രി തല ചൊറിഞ്ഞുകൊണ്ട് പോയി.

സമദ് ചിരിച്ചു.

അയാൾ ചായ കുടിച്ച് പൂർത്തിയാക്കിയിട്ട് റീഡിങ്ങ് റൂമിലേക്ക് പോയി.

ചന്ദ്രികയും മാധ്യമവും അരിച്ചുപെറുക്കി വായിക്കുന്ന തിരക്കിലാണ് ആളുകൾ.

ഒരു രക്ഷയുമില്ല.

ചന്ദ്രിക ദിനപത്രം കോൺഗ്രസ് മുസ്ലിംലീഗ് നയങ്ങളെ കുറിച്ച് വാരിക്കോരിപറയുമ്പോൾ മാധ്യമം ദിനപത്രം ഇടതുപക്ഷ ഇസ്ലാമിക ഐക്യത്തെകുറിച്ചും പാക് ചൈനാ ബന്ധങ്ങളുടെ തീവ്രതയെകുറിച്ചും ഇസ്രായേലിന്റേയും ഇന്ത്യയുടേയും നയങ്ങളെ കുറ്റപ്പെടുത്തിയും പറഞ്ഞുകൊണ്ടിരുന്നു.

സമദ് കുറേനേരം അവിടെ ചുറ്റിപറ്റിനിന്നിട്ട് മുറിയിലേക്ക് തിരികെ വന്നു.

പള്ളിക്കമ്മറ്റി സെക്രട്ടറി ഇബ്രാഹിം തങ്ങൾ ഓഫീസിലേക്ക് വന്നിട്ടുണ്ടായിരുന്നു.

“ ചായ കുടിച്ചോ നിങ്ങള്..?”

“ ഉവ്വ്.”

“ എന്നിട്ടെവിടെപ്പോയതാ?”

“ റീഡിങ്ങ് റൂമിലേക്ക്..ഒരു രക്ഷയുമില്ല.”

“ പണ്ട് ബിരിയാണി കണ്ട കാക്കാന്മാർക്ക് അത് തീരണവരെ ഒരു മര്യാദേണ്ടായിരിന്നില്ല. ഇപ്പോ പത്രം വന്നാലും അങ്ങനാ. “

“ പത്രം വായിച്ചു തുടങ്ങീലോ..അത് നല്ല ലക്ഷണാ.”

“ പത്രം മാത്രല്ല..സിനിമേം ഹറാമല്ലാണ്ടായി..ഏത്..ഒക്കെ നമ്മടെ പിള്ളേര് അടിച്ചുപൊളിക്കുവല്ലേ.”

“ വേറേ കുറേ പത്രങ്ങൾ കൂടി വരുത്തിക്കൂടെ.”

“ അതിപ്പോ ഹറാമായത് ഒന്നും കേറ്റീക്കൂടാന്ന് കമ്മറ്റി തീരുമാനോണ്ട്. മനോരമേം മാതൃഭൂമിം ഒക്കം ഹറാമാണ്. ഇപ്പോ ചെലേടത്ത് ദേശാഭിമാനി കേറ്റാന്നായിട്ട്ണ്ട്..”

“ പാക്ക് - ചൈനാ ബന്ധം!”

സമദ് പറഞ്ഞു.

ഇബ്രാഹിം തങ്ങൾ ചിരിച്ചു.

“ ഒലക്കേടെ മൂട്. ..സത്യം പറയാട്ടോ ഞാൻ ലീഗുകാരനാ..അത് അസല് ലീഗുകാരനായിട്ട് തന്നെ മയ്യത്താകേം ചെയ്യും. എനിക്കാ ബലാലുകളെ കണ്ണിന് കണ്ടുകൂടാ ..എന്താത് സുഡാപ്പികളോ ..കമ്മികളോ..”

“ അവര് കേക്കണ്ടാട്ടോ.”

“ പിന്നെ പുല്ല്.. താനെപ്പഴാണ് പോണത്?”

“ പുറപ്പെടുവാണ്..”

“ പറഞ്ഞോളീ..കാദറ് വല്യൂപ്പാനെ കണ്ടാമതി..ഇപ്പോ ചെക്കന്മാരാണ് നയിക്കണത്..പക്ഷേ കണ്ടോള് മുഴുവൻ പുള്ളിക്കാരനാ. പുള്ളിക്കാരൻ മൂത്രമൊഴിക്കണ്ടാന്ന് പറഞ്ഞാ ഒറ്റയെണ്ണം ഒഴിക്കില്ല..അതാ ചട്ടം. എന്നാപ്പിനെ നീ ചെല്ല് മോനെ..ഇൻശാ അള്ളാ.”

“ ഇൻശാ അള്ളാ..”

സമദ് ഡ്രസ് മാറാൻ പോയി.

5

അധ്യായം 5

സമദ് ഒരു ഓട്ടോ പിടിച്ചു.

വണ്ടി വളഞ്ഞുപുളഞ്ഞ തെരുവുകളിലൂടെ ഓടി.

രാവിലെയുള്ള തിരക്ക് തുടങ്ങിയിരിക്കുന്നു.

കൊങ്ങിണിമാരുടെ അമ്പലങ്ങളിലെ പൂമണവും

ബീഫ് കറിയും പൊറോട്ടയും വെന്ത ഗന്ധവും ഇടകലർന്ന് തെരുവിലൂടെ ഒഴുകി.

കറുത്ത പർദാധാരികളെ റോഡിൽ ഇഷ്ടംപോലെ കാണാമായിരുന്നു.

ചിലർ കണ്ണ് മറച്ചുകൊണ്ടുള്ള തിരശീലയും ഇട്ടിരുന്നു.

അവരിൽ ചിലർ സ്കൂട്ടറോടിച്ചുകൊണ്ടുപോകുന്നുണ്ട്.

ചിലർ ഒമാനിരീതിയിൽ തട്ടം കെട്ടിയവരാണ്.

അത്തരക്കാർ കളർ പർദകളും ഉപയോഗിക്കുന്നുണ്ട്.

മുസ്ലിം പുരുഷന്മാരിൽ മാത്രം വേഷവിധാനം പഴയപടി തന്നെ.

അവർ സ്ത്രീകളെയാണ് മതവൽക്കരിക്കുന്നത്.

അതിന്റെ മനഃശാസ്ത്രം എന്താണാവോ?

സമദ് കാഴ്ചകൾ കണ്ടുകൊണ്ട് ഓട്ടോയിലിരുന്നു.

ഓട്ടോക്കാരൻ ചോദിച്ചു.

" ആ ഹോട്ടലിന്റെ പേരെന്താണ്?"

" മുംബൈ റസ്റ്റോറന്റ്."

" ഓ കാദറ് സാഹിബിന്റെ...ഇപ്പം മനസിലായി."

ഇടുങ്ങിയ തെരുവുകളായിരുന്നു നിറയെ.

പരിചയമില്ലാത്തവർക്ക് നിശ്ചയമായും വഴിതെറ്റും.

കുട്ടികൾ റോഡിൽ ക്രിക്കറ്റ് കളിക്കുന്നുണ്ട്.

ചിലയിടത്ത് കൊങ്ങിണികൾ പപ്പടവും വറ്റലുകളും ഉണക്കുന്നുണ്ട്.

ഓട്ടോ ചില ഊടുവഴികളിലൂടെ സഞ്ചരിച്ച് റസ്റ്റോറന്റിന്റെ മുമ്പിലെത്തി.

അതൊരു ഇടത്തരം ഹോട്ടലായിരുന്നു.

കുഴിമന്തി സ്പെഷ്യൽ എന്ന ഫ്ളെക്സുകൾ എല്ലായിടത്തും അലങ്കരിച്ചിട്ടുണ്ട്.

കടയിൽ നല്ല തിരക്കുണ്ട്.

സമദ് ഓട്ടോക്കാരനെ പറഞ്ഞുവിട്ടിട്ട് കടക്കകത്തേക്ക് കയറി.

ക്യാഷ് കൗണ്ടറിൽ ഇരിക്കുന്നത് ഒരു ചെറുപ്പക്കാരനാണ്.

മീശ വടിച്ച് താടി വളർത്തിയ ഒരു സുമുഖൻ.

താടിയും മുടിയും തവിട്ടുനിറം കൊടുത്ത് അലങ്കരിച്ചിരിക്കുന്നു.

കണ്ടാൽ ഒരു അറബിയുടെ മോനാണെന്നേ പറയൂ.

സമദ് പറഞ്ഞു:

" കാദറ് സാഹിബിനെ കാണണം."

" എന്താണ് ..നിങ്ങളാരാണ്..?"

ഒട്ടും കരുണയില്ലാത്ത ചോദ്യം.

സമദ് കത്ത് കൊടുത്തു.

ചെറുപ്പക്കാരൻ കത്ത് വായിച്ചുനോക്കിയിട്ട് സമദിനെ ആകമാനം നോക്കി.

എന്നിട്ട് മൊബൈലെടുത്ത് എന്തൊക്കോയോ പറഞ്ഞു.

ഇതിനിടെ ബില്ലുകൾ സ്വീകരിച്ച് പണം വാങ്ങി പെട്ടിയിലിടുന്നുമുണ്ട്.

ഏതാനും നിമിഷങ്ങൾക്കകം മൊബൈൽ സംസാരം നിർത്തി അയാൾ ഉറക്കെ വിളിച്ചു.

" ജംഷീറേ..?"

ഒരു വെയ്റ്ററുപയ്യൻ ഓടി വന്നു.

ചെറുപ്പക്കാരൻ അയാളോട് ആജ്ഞാപിച്ചു

" ഇങ്ങേരെ ഉപ്പാന്റെ അടുത്താക്ക്.."

സമദ് ജംഷീറിന്റെ പിന്നാലെ നടന്നു.

അടുക്കള വിശാലമായിരുന്നു.

കുഴിമന്തി ഉണ്ടാക്കുന്നയിടം വേറേയാണ്.

പിന്നിലെ കെട്ടിടത്തിലെ ഒരു മുറിയിലായിരുന്നു കാദർ സാഹിബ്.

അങ്ങേര് അവിടെ ഒരു മേശക്കുമുന്നിലിരുന്ന് എന്തോ എഴുതുന്നു.

മൈലാഞ്ചിയടിച്ച താടിമീശയും കുറ്റിമുടിയും.

ചന്ദനനിറമുള്ള സിൽക്ക് ജുബ്ബയും മുണ്ടും.

എഴുപതിനോടടുത്ത് പ്രായം.

ഇരുനിറം. പൊക്കവും വണ്ണവുമുള്ള ശരീരം.

ഇയാളുമായി യാതൊരു സാമ്യവുമില്ലല്ലോ കൗണ്ടറിലെ പയ്യനെന്ന് സമദ് വിചാരിച്ചു.

അത് മകനാണെന്നാണല്ലോ ഇബ്രാഹിം തങ്ങള് പറഞ്ഞത്.

മുറിയിൽ ഒരു കട്ടിൽ കിടക്കസഹിതം കിടക്കുന്നുണ്ട്.

പിന്നെ കുറേ അലമാരകൾ. അതിൽ പുസ്തകങ്ങളും ഫയലുകളും.

ചുവരുകളിൽ വിശുദ്ധ ഖുറാൻ വചനങ്ങൾ അറബിയിൽ എഴുതിയ വർണതിരശീലകൾ തൂക്കിയിട്ടിരിക്കുന്നു.

ഷോകേയ്സിൽ ഒരു ചെറിയ പ്ലാസ്റ്റിക് ഇന്ത്യൻപതാക തലവീഴായി കുത്തിവച്ചിട്ടുണ്ട്. അതായത് പച്ചനിറം മുകളിൽ വരത്തക്കവിധം. ഹിന്ദുക്കളുടെ കാവി മുകളിൽ വരണ്ട എന്ന് കരുതിയാവണം.

മുറിയിൽ മറ്റാരോ ഉണ്ടായിരുന്നു.

അയാളോട് എന്തോ നിർദേശങ്ങൾ കൊടുക്കുകയാണ് സാഹിബ്.

സമദിനെ കണ്ടെങ്കിലും അങ്ങേര് കണ്ടഭാവം നടിച്ചില്ല.

താൻ ഇനി വല്ല അദൃശ്യനുമാണോ എന്ന് സമദിന് തോന്നിപ്പോയി.

സമദ് അൽപം മാറി നിന്ന് അകത്തെ സംഭാഷണം ശ്രദ്ധിച്ചു.

അതിൽ നിന്ന് മനസിലായത് കാദർ സാഹിബ് ഒരു ഇസ്ലാമിക മന്ത്രവാദി കൂടിയാണെന്നാണ്.

ആഗതനോട് അങ്ങേര് പറയുന്നത് ഇങ്ങനെയാണ്.

" നിങ്ങളുടെ വിട്ടീൽ നാല് റൂഹാനികളുടെ ഉപദ്രവമുണ്ട്. പിന്നെ ഹനുമാൻ ജിന്ന്, കാപ്പിരി, കാളി..ഹിന്ദുക്കൾ ക്ഷുദ്രം ചെയ്തതാണ്. തകിട് കർമം ചെയ്യാം. ഒരു ലക്ഷം രൂപ വരും. അഡ്വാൻസ് തന്നിട്ട് പൊയ്ക്കോളൂ."

ആഗതൻ അത് സമ്മതിച്ചോ ഇല്ലയോ എന്ന് സമദിന് മനസിലായില്ല.

അപ്പോഴേക്കും ബെല്ല് കേട്ടു.

പുതിയ ആളെ ക്ഷണിച്ചുകൊണ്ടുള്ള സാഹിബിന്റെ ബെല്ലാണ്.

കണ്ണുമൂടിയ പർദയിട്ട ഒരു സ്ത്രീയും അവരുടെ കെട്ട്യോൻ എന്ന് തോന്നിപ്പിക്കുന്ന ഒരാളും കൂടി വാതിൽക്കൽ ഹാജരായി.

അവരുടേതാണ് ഇനി അടുത്തു ഊഴം.

ഇവരെവിടെ നിന്നാണ് വന്നത് എന്ന് സമദ് നോക്കി.

തൊട്ടപ്പുറത്ത് വിശാലമായ ഒരു ഹാളാണ്.

അവിടെ കുറേപ്പേർ ഊഴം കാത്തിരിക്കുന്നത് ഇപ്പോഴാണ് സമദിന്റെ ശ്രദ്ധയിൽപ്പെട്ടത്.

അതോടെ സമദ് തളർന്നുപോയി.

ഇവരൊക്കെ പോയിട്ട് താൻ എന്നാണ് ഇയാളെ കാണുന്നത്.

മുമ്പ് മുറിയിലുണ്ടായിരുന്നയാൾ ചിന്താമഗ്നനായി സ്ഥലം വിട്ടു.

പുതുതായി വന്നവർ അകത്തുകയറി വാതിലടച്ചു.

അല്പം കഴിഞ്ഞപ്പോൾ പർദാധാരിയുടെ കെട്ട്യോൻ വാതിൽ തുറന്ന് തലകാട്ടി സമദിനെ വിളിച്ചു.

" ദേ ഇങ്ങളെ സാഹിബ് വിളിക്കുന്നു."

സമദിന് ആശ്വാസമായി.

അവൻ മുറിയിലേക്ക് ചെന്നു.

അവൻ കൗണ്ടറിൽ കൊടുത്ത കത്ത് കാദർ സാഹിബിന്റെ കൈയിലുണ്ടായിരുന്നു.

സാഹിബ് അവനെ ആകമാനം നോക്കി.

അങ്ങേര് ചോദിച്ചു

" നീ ഏതാ..?"

സമദ് ഒന്നു പതറിപ്പോയി. കത്തിൽ എല്ലാം ഉണ്ട്. അതുകൊണ്ട് ചോദ്യമൊന്നും ഉണ്ടാകില്ലെന്ന് കരുതി.

" തിരൂര് കൽക്കെട്ടി ബാവച്ചി.."

" ബാവച്ചീനേം കൂവച്ചീനേമൊന്നും ഞാനറീല്ല.. ഇതിപ്പോ മമ്പറം സലീം തന്ന കത്തായതോണ്ട് ഞാൻ വിശ്വസിക്കാം..വിശ്വസിക്കണോ..?"

സമദ് ഒന്നും മിണ്ടിയില്ല.

അവിടേക്ക് വന്നത്തന്നെ എന്തോ മഹാപരാധമെന്ന മട്ടിലാണ് അങ്ങേരുടെ പെരുമാറ്റം.

ദമ്പതികൾ സഹതാപത്തോടയോ പുച്ഛരത്തോടെയോ സമദിനെ നോക്കി.

അവരുടെ സമയമാണ് ഈ പയ്യൻ കളയുന്നത് എന്ന ഈർഷ്യയും ഉണ്ട്.

സാഹിബ് പൊടുന്നനെ സ്വിച്ചിട്ടതുപോലെ ശാന്തനായി.

കത്ത് മേശപ്പുറത്തിട്ടതിന് ശേഷം സ്വരം താഴ്ത്തി അങ്ങര് പറഞ്ഞു:

" നീയ് കൗണ്ടറിലെ ജാഫറിനെ കാണ്. പിന്നൊരു കാര്യം ഉഡായിപ്പൊന്നും എടുക്കരുതി. മര്യാദക്കൊക്കെ നിന്നോളാമെങ്കിൽ നിന്നോ.. ഉം പൊയ്ക്കോ.."

സമദിന് ഉരുകിത്തീർന്നതുപോലെ തോന്നി.

വിവരമില്ലാത്ത ബംഗാളിപ്പയ്യ ന്മാരോട് പറയുന്നത് പോലെയാണ് ബിടെക്കുകാരനായ തന്നോട് പറയുന്നത്.

സമദ് പുറത്തിറങ്ങി നടന്നു.

6

അധ്യായം 6

മുംബൈ റസ്റ്റോറൻരിൽ സമദിന്റെ ജീവിതം ആരംഭിച്ചു.

സൂപ്പർവൈസർ എന്നൊക്കെയാണ് പേരെങ്കിലും മേശതുടപ്പും എച്ചിൽ പാത്രങ്ങൾ എടുക്കലും സപ്ലയറുടെ ജോലിയും എല്ലാം ചെയ്യേണ്ടി വന്നു.

പലപ്പോഴും കൗണ്ടറിലെ ജാഫറിന്റെ ശകാരം ഉയർന്നുകേട്ടു.

തന്നെപ്പോലെ ബിടെക്ക് കഴിഞ്ഞ ഒരു ചെറുപ്പക്കാരനോടാണ് ഇങ്ങനെ ശകാരിക്കുന്നതെന്ന് ജാഫർ പലപ്പോഴും മറന്നുപോകുന്നുവെന്ന് സമദ് വിചാരിച്ചു.

ചിലപ്പോഴവന് തോന്നി അയാൾക്ക് വലിയ വിദ്യാഭ്യാസം കാണില്ല എന്ന്. അതിന്റെ കോംപ്ലക്സാകാം.

ബംഗാളികളടക്കം ജോലിക്കാർ പലരും ഉണ്ടായിരുന്നെങ്കിലും അടുക്കാൻ തോന്നിയത് നിഷാദിനോടാണ്. അയാൾ പത്തനംതിട്ടക്കാരനാണ്.

ഭാര്യയും മൂന്ന് മക്കളുമുള്ള ഒരു മുപ്പത്തിരണ്ട്കാരൻ

റസ്റ്റോറന്റിന്റെ പിൻഭാഗത്തെ ഷീറ്റുവിരിച്ച നീണ്ട കെട്ടിടം ജോലിക്കാർക്ക് താമസിക്കാനുള്ളതായിരുന്നു. മൂന്നും നാലും പേർ ഒരു കുടുസുമുറിയിൽ തിങ്ങിപ്പാർത്തു.

സഹമുറിയൻ നിഷാദായിരുന്നു.

മറ്റുള്ള രണ്ട് പേർ ബംഗാളികളായിരുന്നു.

അവർ അവരുടെ ഭാഷക്കാരോടാണ് കൂടുതൽ സഹകരിച്ചത്.

എല്ലാവരും മുസ്ലിംകൾ തന്നെ.

ഹിന്ദുക്കളേയോ ക്രിസ്ത്യാനികളേയോ കാദർ സാഹിബ് ജോലിക്ക് നിർത്താറില്ല.

രാത്രി പത്ത് മണിയെങ്കിലും പിന്നിട്ടപ്പോൾ ജോലി കഴിഞ്ഞ് അവർ സ്വതന്ത്രരായി.

കുളി കഴിഞ്ഞ് ഇളകുന്ന ഒരു റെഡിമെയ്ഡ് കട്ടിലിൽ കിടന്നു കൊണ്ട് നിഷാദ് സമദിനോട് ചോദിച്ചു:

“ നിന്റെ കല്യാണം കഴിഞ്ഞതാണോ?”

“ ഇല്ല.”

“ എന്തേ കഴിക്കണില്ലേ..?”

“ പണി ഇല്ലാതെ എന്ത് കല്യാണം..”

“ പിന്നേ പണീണ്ടായിട്ടാണോ എല്ലാരും കല്യാണം കഴിക്കണത്?”

“ ആദ്യം കല്യാണം കഴിക്കുക..പണി പിന്നാലെ വന്നോളും.”

“ എങ്ങനെ?”

“ പ്രാരാബ്ധത്തിലേക്ക് എടുത്തുചാടുമ്പോ..പണിക്ക് പോകാൻ തോന്നും. മുതലാളി പട്ടികക്കടിച്ചാക്കൂടി ശമ്പളം കിട്ടീല്ലെങ്കില് അടുപ്പ് പുകയില്ലല്ലോ എന്നോർത്ത് അവടെ കടിച്ചുതൂങ്ങിക്കിടക്കും..”

“ എന്തിനാ ഇത്രേ പാടുപെടുന്നത്?”

സമദ് ചോദിച്ചത് കേട്ട് നിഷാദ് അവനെ അത്ഭുതത്തോടെ നോക്കി.

“ ഇതെന്താ ഇഷ്ടാ...?”

“ എന്ത്?”

നിഷാദ് ശബ്ദം തഴ്ത്തി ചോദിച്ചു.

“ അപ്പം നിനക്ക് പെണ്ണുങ്ങളെ കളിക്കണ്ടേ..?”

“ അതിന് ഇങ്ങനെ ജീവിതം പാഴാക്കണോ..മുന്നൂറോ അഞ്ഞൂറോ കൊടുത്താൽ എത്രയെണ്ണത്തിനെ കിട്ടും. ഒരു ചായ കുടിക്കാൻ ആരെങ്കിലും തേയിലത്തോട്ടം വാങ്ങുവോ.?”

“ ഓ പഴയ കോമഡിയടിച്ച് ആളാകല്ലേ..”

അപ്പോഴേക്കും ബംഗാളികളെത്തി.

ഒരു ഫുൾകുപ്പി മദ്യം പാന്റിന്റെ മുൻഭാഗത്ത് നിന്ന് എടുത്തു ടീപ്പോയിൽ വച്ചു.

പിരിവിട്ടുള്ള സ്ഥിരം ആചാരമാണ്.

അതിന് മാത്രമേ ബംഗാളികൾ സഹകരിക്കുന്നുള്ളൂ.

ഒരുത്തൻ മുട്ടപൊരിച്ചത് കൊണ്ടുവന്നു.

“ ദേ നീ ഇന്നാദ്യല്ലേ...ഇവന് ഇന്ന് ഫ്രീയാണട്ടോ.”

“ ഞാൻ കഴിക്കത്തില്ല നിഷാദിക്കാ..”

“ ഇതിപ്പോ ഹറാമൊന്നവല്ല സമദേ..എല്ലാ മേത്തന്മാരും രണ്ടെണ്ണം വിടും..മുക്രി പോലും അടിക്കും..മേത്തന്മാര് കള്ളും പന്നിയിറച്ചീം തൊടാൻപാടില്ലാന്ന് പണ്ടാരാണ്ട് പറഞ്ഞതല്ലേ..ഇപ്പോ കാലം മാറി..”

“ അതോണ്ടല്ല...എനിക്ക് ശീലമില്ലാത്തോണ്ടാ.”

“ ഇങ്ങനാ ശീലിക്കുന്നേ..നീയടിക്ക് സമദേ...പകലത്തെ പണീടെ ക്ഷീണം പോട്ടെ.”

നിഷാദ് സമദിനുള്ളത് ഗ്ലാസിലൊഴിച്ചുവച്ചു.

എന്നിട്ട് അയാൾ തുടർന്നു

“ ആ സമദേ, നീയെന്താ പറഞ്ഞുവന്നേ...മുന്നൂറോ അഞ്ഞൂറോ കൊടുത്താൽ കിട്ടൂന്ന്...ഒറ്റ രൂപാ പോലും കൊടുക്കാതെ നല്ല കിടുക്കാച്ചി ചരക്കുകളെ കിട്ടും..?”

“ എവിടുന്ന്..?”

“ ദേ മൈ...എന്നെക്കൊണ്ട് പറയിപ്പിക്കരുത്..നിനക്കൊന്നും അറിയാത്തപോലെ.”

രണ്ടു പെഗ് കഴിച്ചപ്പോഴെ നിഷാദ് മൂഡിലായി.

“ എന്റെ നിഷാദിക്കാ..എനിക്ക് നിങ്ങടെ ലോകപരിചയം ഇല്ല. എന്റെ ലോകം വളരെ ചെറുതായിരുന്നു. സുന്നത്ത് കല്യാണം കഴിഞ്ഞപ്പോ മദ്രസേപ്പോയി ഓത്തുപഠിച്ചു. ഇതുകഴിഞ്ഞ് സ്കൂളിലും കോളേജിലും നല്ല കുട്ടിയായി പഠിച്ചു. അതോണ്ട് പറഞ്ഞതാ നിങ്ങക്കറിയാവുന്നത് പറഞ്ഞുതാ..”

“ അള്ളാഹുവേ..ഇവൻ ഈ ലോകത്തിന് പറ്റിയതല്ല...”

നിഷാദിന്റെ പ്രാർത്ഥന കേട്ട് സമദ് ചിരിച്ചു.

നിഷാദ് രഹസ്യമായി പറഞ്ഞു

“ സമദേ...ഭർത്താക്കന്മാര് ഗൾഫിലുള്ള ഒന്നാന്തരം ഹൂറികള് ....അതേ നിനക്ക് അക്ഷരം ഒന്നു മാറ്റണങ്കി മാറ്റിക്കോ...കഴപ്പും മൂത്ത് വീട്ടിൽ ഇരിക്കുന്നുണ്ട്. ഭർത്താവ് മണൽക്കാട്ടിൽ കിടന്ന് പൊരിയുന്ന പണം കൊണ്ട് ഇവുമാര് മട്ടണും ചിക്കനും ബീഫും അടിച്ചുകേറ്റി നെയ്മുറ്റി പാതിരാത്രികളില് ഉറക്കം വരാതെ തിരിഞ്ഞും മറിഞ്ഞും കെടക്കും..അപ്പോ ഈ ബംഗാളിമാരെപ്പോലുള്ള ഊളന്മാരുടെ പണിയെന്താണെന്നറിയാമോ..ചുമ്മാ വായിത്തോന്നുന്ന നമ്പറുകൾ

ഡയൽ ചെയ്യും. ആണുങ്ങളുടേയാ തള്ളമാരുടേയോ ശബ്ദം കേട്ടാ മിണ്ടത്തില്ല.. പൈങ്കിളികളാണെങ്കില് പതിയെ ട്യൂൺ ചെയ്ത് കൊത്തും . അവിടെ വിങ്ങിപ്പൊട്ടാൻ പാകത്തിന് ഇരിക്കുന്നോളാണെങ്കില് പറയാനും വേണ്ട..ഇനി ഞാൻ പറയണത് തള്ളാണെങ്കി നീ യൂട്യൂബിൽ കയറി താത്താമാരുടെ കമ്പിസംഭാഷണം കേട്ട് നോക്ക്..”

നിഷാദ് വാചാലനായി.

സമദ് വിളറിയ ചിരിയോടെ ഇരുന്നു.

നിഷാദ് ചോദിച്ചു

“ ഞാൻ ഓവറായില്ലല്ലോ...ഒരു പാവം നിഷ്ക്കളങ്കനെ ഞാനായിട്ട് ചീത്തയാക്കുവാണ്.”

“ അതേയ് കൗണ്ടറിലെ ജാഫറ് എന്നയാള് കാദർ സാഹിബിന്റെ മോനാണോ?”

സമദിന്റെ ചോദ്യം കേട്ട് നിഷാദ് തലതല്ലി ചിരിച്ചു.

“ നിന്റെ സംശയം എനിക്കുമുണ്ടായിരുന്നു. പക്ഷേ ഇപ്പ എല്ലാം മാറി..നിനക്കറിയാമോ..കാദർ സാഹിബ് ഒരു കുണ്ടനാണ്. കുണ്ടൻന്ന് പറഞ്ഞാൽ നിഷ്ക്കളങ്കന് മനസിലായോ ആവോ..!”

“ മനസിലായില്ല?”

“ എനിക്കുതോന്നി...അതേയ് ആസനത്തിൽ ഭോഗിക്കുന്ന ഒരുതരം ആണുങ്ങളുണ്ട്. ശാസ്ത്രീയമായി അക്കൂട്ടരെ സ്വവർഗരതിക്കാർ എന്ന് വിളിക്കാം. ഇപ്പോൾ ആസനത്തിൽ ഭോഗിക്കാനുള്ള സുപ്രീംകോടതി വിധിയുണ്ട്. ആണുങ്ങളേയും പെണ്ണുങ്ങളേയും ഇക്കൂട്ടർ പിടിച്ച് ആസനത്തിൽ ഭോഗിച്ചുകളയും. അതുകൊണ്ട് കാദർ സാഹിബിന്റെ ഏരിയയിലേക്ക് നീ പോയിക്കളയരുത്. അയാളുടെ ഭാര്യയോടും അങ്ങര് ഇതുതന്നെയാകും ചെയ്തിരിക്കുക. പാവം ഭാര്യം വേറെ വഴിനോക്കിക്കാണും. അതാണ് ജാഫറും ഉമ്മറും സുനീറും. മൂന്ന് തന്തക്ക് പിറക്കാത്ത പുഷ്പങ്ങൾ. നാറികളാണ്..പരനാറികൾ..”

ശബ്ദമുയർന്നപ്പോൾ സമദ് നിഷാദിന്റെ വായ്പൊത്തി.

“ ഒന്നു പതിയെ പറ..”

നിഷാദ് പിന്നേയും മദ്യപിച്ചു.

ബംഗാളികളും നിഷാദും ബോധം കെട്ടുറങ്ങി

സമദ് തനിക്ക് വേണ്ടി ഗ്ലാസിലൊഴിച്ചു വച്ച മദ്യം ഒറ്റവലിക്ക് കുടിച്ച് തീർത്ത് ഒരു സിഗരറ്റിന് തീ കൊളുത്തി.

എന്നിട്ട് ബോധം കെട്ടുറങ്ങുന്ന നിഷാദിനെ നോക്കി ചിരിച്ചു.

സമദ് വാതിൽ തുറന്ന് പുറത്തെ ഇരുട്ടിലേക്കിറങ്ങി.

7

അധ്യായം 7

റസ്റ്റോറന്റിന്റെ വളപ്പ് വിജനമാണ്.

നേരം പാതിരാ കഴിഞ്ഞിരുന്നു.

ചില വിളക്കുകൾ അവിടവിടെയായി കാണുന്നുണ്ട്.

കാദർ സാഹിബിന്റെ മുറിയിൽ അപ്പോഴും വെളിച്ചമുണ്ട്.

സമദ് മെല്ലെ അങ്ങോട്ട് ചെന്നു.

വാതിലുകളും ജനലുകളും ബന്ധിച്ചിരിക്കുകയാണ്.

അവൻ വെന്റിലേഷനിലൂടെ എത്തി നോക്കി.

കാദർ സാഹിബിനോടൊപ്പം മൂന്ന് ആൺമക്കളുമുണ്ട്.

എന്തോ രഹസ്യചർച്ചയിലാണവർ.

നടുക്കുള്ളമേശയിൽ നോട്ടുകെട്ടുകൾ അട്ടിയിട്ട് വച്ചിരിക്കുന്നു.

പുതുമണം മാറാത്ത രണ്ടായിരത്തിന്റേയും അഞ്ഞൂറിന്റേയും കെട്ടുകൾ.

സുനീർ ഒരു പേപ്പറിൽ ലിസ്റ്റിടുന്നുണ്ട്.

" കൊച്ചി, കോഴിക്കോട്, കൊല്ലം ... മൂന്നും വെവ്വേറെ തിരിച്ചുവച്ചിട്ടുണ്ടല്ലോ..അല്ലേൽ അതുമിതും പറഞ്ഞ് അലമ്പാക്കരുത്."

കാദർ മുന്നറിയിപ്പ് നൽകി.

" ഇതൊക്കെ നുമ്മ സ്ഥിരായിട്ട് ചെയ്യണതല്ലേ വാപ്പച്ചി...ഇപ്പോള്ള കൊഴപ്പം പെരുമ്പാവൂരുകാരൻ ആ സിനിമാനിർമാതാവാണ്. അവൻ എടങ്കോലിടും. അവന് കാസർകോട്ടെ ടീമുമായിട്ട് ബന്ധോണ്ട്. ആ രവിപൂജാരിയുടെ ആളുകൾ. തൃപ്രയാറ് വച്ച് രണ്ട് തവണ അവൻ നമ്മളെ ഞൊട്ടി. "

" കാച്ചണം ഹീമാറിനെ..."

" അതേ വാപ്പാ..ആ ബ്യൂട്ടിപാർലറുകാരി സെറീനക്കിട്ട് അവനൊരു പണിപണിതതാണ്. മുപ്പത് കോടിയുടെ ഇടപാടാണ് ഒറ്റയടിക്ക് നാറിയത്. രവിപൂജാരി ഇടപെട്ടു."

" ശരി..ഇവിടേക്കൊള്ളത് ഇവിടെ വച്ചിട്ട് കോഴിക്കോട്ടേക്കും കൊല്ലത്തേക്കുമൊള്ളത് വെളുപ്പിനെ നുമ്മട വണ്ടികൾക്ക് പോണം. ആരാണ്ടാ ഡ്രൈവർമാര്..?"

" ഞങ്ങള് തന്നെ പൊക്കോളാം."

" സൂക്ഷിച്ചോളണം.."

സമദ് സംഭാഷണങ്ങളെല്ലാം കേട്ടു.

ഒരു സ്പൈക്യാം പെന്നിൽ വീഡിയോയും ഓഡിയോയും റെക്കോഡ് ചെയ്യുകയും ചെയ്തു.

കുഴൽപ്പണക്കടത്താണ് ഏർപാട് എന്ന് മനസിലായി.

മുറിക്കകത്ത് അവർ എഴുന്നേറ്റതോടെ സമദ് ചാടിയിറങ്ങി പിന്നിലെ ഇരുട്ടിലേക്ക് മാറി.

മക്കൾ മൂന്നുപേരും പുറത്തേക്ക് പോയി.

സമദിന് എന്തോ സഗന്ധദ്രവ്യത്തിന്റെ വാസന ശക്തമായി മൂക്കിലടിച്ചു.

അവൻ പിന്നിലേക്ക് നോക്കി.

ഒരു മുറിയുടെ വാതിൽ അൽപം തുറന്നുകിടക്കുന്നുണ്ട്.

അവൻ അകത്തേക്ക് നോക്കി.

ജാലകത്തിനരികിൽ ഒരു സ്ത്രീ ഫോണിൽ നോക്കിക്കൊണ്ട് നിൽക്കുന്നുണ്ട്.

നിലാവിൽ അവളുടെ നീല നൈറ്റ്ഗൗൺ എടുത്തുകാണാമായിരുന്നു.

പെട്ടെന്ന് വാതിലിൽ കൈ തട്ടിയതോടെ വാതിൽ ഒന്നു കരഞ്ഞു.

യുവതി അവനെ കണ്ടു.

" ആരാത്?"

" ഞാനാണ്.."

സമദ് ഞൊടിയിടയിൽ അകത്ത് കയറി വാതിലടച്ച് കുറ്റിയിട്ടു.

യുവതി നിലവിളിക്കാനായവേ അവൻ അവളുടെ വായ്പൊത്തി.

" മിണ്ടരുത്...നിനക്കെന്താ ഇവിടെ പണി.."

അവൾ അവന്റെ കൈയിൽ കിടന്ന് കുതറി.

പെർഫ്യൂമിന്റെ ഗന്ധം അവളുടെ ദേഹത്ത് നിന്ന് അവൻ വാസനിച്ചെടുത്തു.

അതിനിടയിൽ അവനൊരു കാര്യം മനസിലായി.

അവൾ അടിവസ്ത്രങ്ങളൊന്നും ധരിച്ചിട്ടില്ലെന്ന്.

അവന്റെ വലംകൈ അവളുടെ മുലകളിലും നാഭിച്ചുഴിയിലും താളമിട്ടു.

അവന്റെ കൈവിരലുകൾ നാഭിച്ചുഴിയിലെ രോമരാജികളിലൂടെ തുടരെത്തുടരെ ചലിച്ചപ്പോൾ അവൾ കുതറുന്നത് അവസാനിപ്പിച്ചു.

അവളുടെ ശരീരം ദ്രുതഗതിയിൽ ചൂട് പിടിക്കുന്നത് അവനറിഞ്ഞു.

അവൻ അവളുടെ വായ്പൊത്തിയിരുന്ന കൈകൾ എടുത്ത് മാറ്റി.

അവൾ ശബ്ദിച്ചില്ല.

ജാലകത്തിലുടെ കടന്നുവരുന്ന നിലാവിൽ അവളുടെ ശരീരം ഒരു വെണ്ണക്കൽശില്പം പോലെ തോന്നിച്ചു.

ഏറിയാൽ മുപ്പത് വയസ്.

ഷാംപൂ ചെയ്ത മുടി

കരിമഷിയെഴുതിയ കണ്ണുകൾ.

രക്താധരങ്ങൾ.

" എന്താ നിന്റെ പേര്?"

" നിങ്ങളാരാണെന്ന് പറയ്..കള്ളനല്ലെന്ന് മനസിലായി...ഇന്നിവിടെ ജോലിക്ക് കയറിയ മഹാൻ.. "

" പിടികിട്ടിയല്ലേ?"

" എന്താ നിങ്ങടെ ഭാവം. വന്ന ദിവസം തന്നെ പാത്തുപതുങ്ങീം പെണ്ണുപിടിക്കാൻ നടക്കുന്നോ.."

" നീയും ഇവിടെ പ്രാർത്ഥിക്കാൻ വന്നതൊന്നുമല്ല..ഇതൊരു സ്റ്റോർ റൂമല്ലേ..

സമദ് അവളുടെ മിനുസമുള്ള നിതംബത്തിലൂടെ കൈവിരലുകൾ ഓടിച്ചു."

അവൾ അത് ആസ്വദിച്ച് നിന്നു.

സമദ് പൊടുന്നനെ അവളുടെ നൈറ്റിയുടെ ബട്ടണുകൾ മാറ്റി അത് താഴേക്കൂർത്തി.

എന്നിട്ട് ഇടം കൈകൊണ്ട് അവളുടെ മുലകളെ തെരുപ്പിടിച്ചുകൊണ്ട് കവിളത്ത് ചുണ്ടമർത്തി ഒരു

സെൽഫിയെടുത്തു.

ഫ്ളാഷ് മിന്നി..

" അള്ളാഹുവേ..എന്താണ് ഈ കാണിച്ചത്..?"

അവൾ ചീറി.

" നീ എന്നെ ഒറ്റിക്കൊടുത്താൽ ഇത് ഫേസ്ബുക്കിലും വാട്ട്സാപ്പിലും ഫ്ളാഷാവും.."

" നിനക്കെന്താണ് വേണ്ടത്..?"

അവൾ ശബ്ദം താഴ്ത്തി ചോദിച്ചു.

" എനിക്ക് വേണ്ടത് ഞാനെടുത്തോളാം.."

സമദ് അവളെ ആഞ്ഞുപുൽകി.

" എന്താ നിന്റെ പേര്?"

" സൽമ."

" ഇവിടെ ..കാദർ സാഹിബിന്റെ ..."

" കൗൺസിലിങ്ങ് സെന്ററിലെ റിസപ്ഷനിസ്റ്റാണ്...നീ വന്നത് ഞാൻ കണ്ടിരുന്നു. നീ ഇപ്പുറം വഴി വന്നതുകൊണ്ടാണ് എന്നെ കാണാഞ്ഞത്."

" അത് നന്നായി."

" എന്തേ?"

" മൊത്തം പർദയിൽ മൂടി കണ്ണുമൂടിയുമിട്ടിട്ട് എന്താ കണാനാണ്..?"

" ഹിമാറ്.."

സൽമ കൈ ചുരുട്ടി അവന്റെ നെഞ്ചിലിടിച്ചു.

" സത്യം പറ സൽമ..നീയിവിടെ കാദറുസാഹിബിനെ കാത്തുനിന്നതല്ലേ..?"

" അതെ."

" ആ വയസൻ നിന്നെ എന്താണു ചെയ്യുന്നത്..?"

" എനിക്കിഷ്ടോണ്ടായിട്ടല്ല..സമ്മതിച്ചില്ലെങ്കിൽ എന്നെ കൊല്ലും..നിന്നെപ്പോലെ തന്നെ ഒരു ഊളയാണ് അയാള്.."

" ഞാൻ ഊളയാണെന്ന് നിന്നോടാരു പറഞ്ഞു..?"

സമദ് അവളെ തറയിലേക്ക് മലർത്തിക്കിടത്തി.

വെണ്ണക്കല്ലിൽ സ്ഫുടം ചെയ്തെടുത്ത അവളുടെ വെളുത്തുമിനുത്ത തുടകളിലൂടെ അവന്റെ നാവ് സഞ്ചരിച്ചു.

അത് മുകളിലേക്ക് സഞ്ചരിച്ച് സൽമയുടെ ഗുപ്തേന്ദ്രിയത്തെ സ്പർശിച്ചപ്പോൾ അവൾ ഹർഷോന്മാദാത്താൽ ഒന്നു ഞെട്ടിപ്പിടഞ്ഞു.

അവന്റെ നാവ് അവളുടെ ചുണ്ടുകളുടെ വിടവിലൂടെ താഴേക്ക് സഞ്ചരിച്ചു.

സമദിന്റെ മുടിയഴകളിൽ അവൾ തെരുപ്പിടിച്ചു.

ഉന്മാദം സീൽക്കാരശബ്ദത്തോടെ അവളിൽ തുടിച്ചു.

അവളെ ഉത്തേജനത്തിന്റെ അത്യുംഗശൃംഗത്തിലെത്തിച്ച് അവൻ നിർത്തി.

പിന്നെ മുകളിലേക്ക് ഇഴഞ്ഞുകയറി അവളെ പൊതിഞ്ഞുകിടന്ന് രക്താധരങ്ങളിൽ ചുംബിച്ചു.

സമദ് ചോദിച്ചു

“ കാദർസാഹിബ് നിന്നെ എന്താണു ചെയ്യാറുള്ളത്...?”

“ നീയെന്നെ അതോർമിപ്പിക്കാതെ..നിനക്ക് ചെയ്യാനുള്ളത് ചെയ്യൂ..”

“ കാദർ സാഹിബിന് കുഴൽപ്പണക്കടത്താണോ?”

“ എനിക്കറിയില്ല.”

“ നിനക്കറിയാം.”

സമദ് അവളുടെ മുലക്കണ്ണുകളെ തഴുകി.

അവളുടെ കണ്ണുകൾ കൂമ്പി.

“ മുബൈ റസ്റ്റോറന്റിന് ബ്രാഞ്ചുകളുണ്ടോ?”

“ ഉണ്ട്. കോഴിക്കോട് ഹവ്വയുടെ പീടിക. കൊല്ലത്ത് ഹോട്ടൽ മുബാറക്ക്..”

“ സ്പെഷൽ..?”

“ എന്താ ..കുഴിമന്തി തന്നെ.”

“ നിനക്കിഷ്ടാണോ കുഴിമന്തി..?”

“ പിന്നേ..ഇഷ്ടാണോന്നോ..”

സമദ് കുനിഞ്ഞ് അവളുടെ മുലഞെട്ടുകളിൽ ചെറുതായി കടിച്ചു.

സൽമ കോരിത്തരിപ്പോടെ ശരീരം കുടഞ്ഞു.

“ പക്ഷേ സമദേ നിന്നോട് ഞാനൊരു സത്യം പറയട്ടെ, ..അല്ലെങ്കി വേണ്ട..”

“ പറയ്..”

“ വേണ്ട.”

“ വേണ്ടെങ്കി വേണ്ട...”

സമദ് ഒന്നു ചിരിച്ചു.

പിന്നെ ശക്തിയോടെ അവളിലേക്ക് ആഴ്ന്നിറങ്ങി.

സുഖത്തിന്റെ ഒന്നതൃത്തിൽ ഒരു വേദന തള്ളിക്കയറിവന്നപ്പോൾ സൽമ നിലവിളിക്കാനായി വായ തുറന്നു.

സമദ് ചുണ്ടുകൾ കൊണ്ട് അവളുടെ വായ പൂട്ടി.

അവൾ കന്യകയായിരുന്നു.

കാദർസാഹിബ് ആ ഭാഗം ഉപയോഗിച്ചിരുന്നേയില്ല.

8

അധ്യായം 8

കൊച്ചിനഗരം.

ചുട്ടുപൊള്ളുന്ന മേടച്ചൂടിൽ വെന്തുരുകയാണ് മെട്രോ സിറ്റി.

വൈറ്റിലയിലും കുണ്ടന്നൂരിലും പാലാരിവട്ടത്തും ഫ്ളൈഓവറുകളുടേയും കൊച്ചി മെട്രോയുടേയും പണികൾ നടക്കുന്നതിനാൽ നഗരസൗന്ദര്യവും ഗതാഗതവും താറുമാറാക്കപ്പെട്ടിരിക്കുന്നു.

പൊടിപറത്തിക്കൊണ്ട് കുണ്ടിലും കുഴിയിലും പെട്ട് മെല്ലെ ഇഴയുന്ന വാഹനങ്ങൾകൊണ്ട് കൊച്ചി നിറഞ്ഞുകവിഞ്ഞു.

ഗോശ്രീപാലത്തിനരികിൽ സിനിമാ ഷൂട്ടിംഗ് പുരോഗമിക്കുകയാണ്.

വസന്ത്കുമാർ സംവിധാനം ചെയ്യുന്ന സേനാപതിയാണ് സിനിമ.

നായകൻ സമീർ!

നൂറുകോടി ക്ലബിൽ ഇക്കുറി കയറാനുറപ്പിച്ച് തന്നെയാണ് വസന്തകുമാർ ഈ സിനിമയെടുക്കുന്നത്.

സമീറിന്റെ എതിരാളിയായ ഫിലിം സ്റ്റാർ പ്രകാശ് ബാബുവിന്റെ രണ്ട് ചിത്രങ്ങൾ ബോക്സ് ഓഫീസിനെ ഇളക്കിമറിച്ച് നൂറുകോടി ക്ലബിൽ കയറിയത് സമീറിനെ തെല്ലൊന്നുമല്ല വിറളിപിടിപ്പിച്ചിരിക്കുന്നത്.

അതുകൊണ്ട് ചിത്രം നിർമിക്കുന്നതും സമീറിന്റെ ഡ്രൈവറായ മിൽട്ടണാണ്.

കാരവനിൽ സമീർ മേക്കപ്പിട്ടുകൊണ്ടിരിക്കെ മിൽട്ടൺ വന്നു.

" സർ നാളത്തെ പ്രോഗ്രാമിൽ ചില മാറ്റങ്ങൾ വരുത്തേണ്ടി വരും."

" എന്തു മൈരാണ് നീയീ പറയുന്നത്...ഇപ്പോൾത്തന്നെ ഈ സിനിമ കാശെത്ര പുകച്ചു. നിർമാതാവിന്റെ പേര് നിന്റേതാണെങ്കിലും കാശെന്റേതല്ലേ.."

" ആയിക്കോട്ടെ...ലോക്സഭാ ഇലകഷനിൽ തൃപ്പൂണിത്തുറ മണ്ഡലത്തിൽ മത്സരിക്കുന്നത് നടൻ ചെറിയാച്ചനാണ്. അങ്ങേര് താരസംഘടനായ സ്റ്റാർ ചേംബറിന്റെ ചെയർമാൻ കൂടിയാണ്."

" അതിന് ഞാനെന്ത് വേണം..ആ പുലയാടിമോനോട് ഞാൻ പറഞ്ഞോ മത്സരിക്കാണ്ടാന്ന്.."

" അതല്ല സർ..ഇലക്ഷൻ പ്രചരണത്തിന് സാർ നാളെ മണ്ഡലത്തിൽ വേണമെന്ന് പാർട്ടി സ്റ്റേറ്റ് സെക്രട്ടറി വിളിച്ചു പറഞ്ഞു. സാറിനെ പ്രൈവറ്റ് ഫോണിൽ വിളിച്ചിട്ട് എടുത്തില്ല എന്ന് പറഞ്ഞു."

" എടുക്കാഞ്ഞത് മനഃപൂർവമാണ്. എനിക്കെന്ത് മൈരാണ് അവനൊക്കെ ഉണ്ടാക്കുന്നത്? ഈ പാർട്ടിമൈരന്മാരൊക്കെക്കൂടി എന്റെ പടത്തിന് തീയറ്ററിൽ കയറിയാൽ മതിയല്ലോ നൂറുകോടിയോ

ഇരുന്നൂറുകോടിയോ ആകാൻ.."

സമീർ പതിവുപോലെ ക്ഷുഭിതനായി സംസാരിച്ചു.

ഇതിനിടയിൽ സമീറിന്റെ പ്രൈവറ്റ് ഫോൺ ശബ്ദിച്ചു.

നമ്പർ ശ്രദ്ധിച്ചിട്ട് സമീർ മേക്കപ്പ്മാനോടും ഡ്രൈവറോടും പറഞ്ഞു

" രണ്ടുപേരും ഒന്ന് പുറത്തേക്കിറങ്ങിക്കേ.."

" ഹോ വെറും സ്റ്റാറായ ഇവന്റെയൊക്കെ ജാഡ കണ്ടാൽ മെഗാസ്റ്റാറായ മമ്മൂക്കയെയൊക്കെ നമ്മൾ പൂവിട്ടുപൂജിക്കണമല്ലോ.."

മിൽട്ടൺ ഇറങ്ങിപ്പോകും വഴി പിറുപിറുത്തു.

രണ്ടാളും പുറത്തിറങ്ങിയ ഉടൻ സമീർ പ്രൈവറ്റ് കോൾ അറ്റൻഡ് ചെയ്തു.

" ഷക്കീറാണ്."

അപ്പുറത്ത് നിന്ന് പാഴ്സി കലർന്ന ഹിന്ദി.

" പറയ് ഷക്കീറേ.."

" കറാച്ചിയിൽ നിന്ന് ലോഡ് പുറപ്പെട്ടിട്ടുണ്ട്. ലഷ്കറിന്റെ അഹമ്മദ് ഇസ്ലാം വിളിച്ചിരുന്നു. ഷിപ്പ് മുംബൈ തീരം വിട്ടു. നാലോ അഞ്ചോ ദിവസം കൊണ്ട് സാധനം കൊച്ചിയിൽ വരും. കണ്ടെയ്നറിൽ ടർക്കിഷ്

ഓക്കുമരമാണ്. അതിനകത്ത് നോട്ടുകെട്ടുകൾ ഭദ്രമാണ്. മരം മുറിച്ചുനോക്കിയാലേ അവ കിട്ടുകയുള്ളൂ. നോക്കിക്കൊള്ളണം. "

" എല്ലാം മട്ടാഞ്ചേരിയിലെ മുംബൈ റസ്ററന്റിലെ കാദർ സാഹിബ് നോക്കിക്കൊള്ളും."

" സൂക്ഷിക്കണം. രവി പൂജാര കളത്തിൽ നേരിട്ട് ഇറങ്ങിയിട്ടുണ്ട്. ഷിപ്പിൽ മിസ്റ്റർ ഡി ഉണ്ടായിരുന്നു. ഓപ്പറേഷൻ ഡിലൈല എന്ന ഒരു വൻ ബ്ലാസ്റ്റ് ഇന്ത്യയിൽ പ്ലാൻ ചെയ്യുന്നുണ്ട് 'മിസ്റ്റർ ഡി'."

" രവി പൂജാര നമുക്കൊരു ഭീഷണിയാണോ.. ?"

" അല്ലേയല്ല. 2010 ഫെബ്രുവരിമാസത്തിൽ ഛോട്ടാരാജന്റെ കഥ ദാവൂദ് സാഹിബ് തീർത്തതിന് ശേഷം മുംബൈയിൽ ശിവസേനയുടെ ഹിന്ദു ഡോണുകളുടെ അധ്യായം കഴിഞ്ഞതാണ്. രവി പൂജാര സട കൊഴിഞ്ഞ ഒരു എലി മാത്രമാണ്."

" പക്ഷേ ബ്യൂട്ടി സലൂൺ സെറീനയുടെ മുപ്പത് കോടിയാണ് രവിപൂജാര വഴി പോയത്. അത് നമ്മുടെ പണമാണ്. പെരുമ്പാവൂരുകാരൻ സിനിമാനിർമാതാവ് നമ്മളെ എല്ലാ രീതിയിലും മാന്തിക്കൊണ്ടിരിക്കുന്നു."

" നമ്മുടെ പാക്കിസ്ഥാനിൽ അടിച്ച ഇന്ത്യൻപണം. കുറച്ച് കടലാസ് കുറച്ച് മഷി. അങ്ങനെ കരുതിയാൽമതി."

ഷക്കീർ മറുതലയ്ക്കൽ ഫോൺ വച്ചു.

സമീർ അസ്വസ്ഥനായി.

അയാൾ ഫോണിൽ വാട്ട്സാപ്പ് മെസേജുകൾ പരതി സെറീനയുടെ മെസേജ് തിരഞ്ഞെടുത്തു.

അത് വീണ്ടും വീണ്ടും അയാളെ നോക്കി കൊഞ്ഞനം കുത്തി.

" എനിക്ക് നഷ്ടം വന്നാൽ നിങ്ങളുടെ ഭാര്യയെ ഓർത്തുകൊള്ളൂ."

ഇംഗ്ലീഷിലുള്ള ആ മെസേജിന്റെ അർത്ഥം അതായിരുന്നു.

9

അധ്യായം 9

" ഏയ് നിഷ്ക്കളങ്കനായ യുവാവേ, എഴുന്നേൽക്കൂ.."

റൂമിൽ രാവിലെതന്നെ നിഷാദ് സമദിനെ വിളിച്ചെഴുന്നേൽപിച്ചു.

സമയം അഞ്ചുമണിയായിരുന്നു.

സമദ് ഉറക്കച്ചടവോടെ എഴുന്നേറ്റു.

" പുതിയ ഇടമായതിനാൽ നിന്റെ ഉറക്കം ശരിയാകാൻ വഴിയില്ല. ഞാനിന്നലെ പെട്ടെന്ന് ഓഫായിപ്പോയി...വെരി സോറി.."

നിഷാദ് കുളിക്കാൻ പോയി.

ബംഗാളികൾ ബാത്ത്റൂമിന് വേണ്ടി അടിപിടിയും കലഹവും തുടങ്ങി.

റൂം കാലിയായതോടെ സമദ് ജാഗരൂകനായി.

അവൻ മൊബൈലിൽ ചില കോളുകൾ ചെയ്തു.

അതിതീവ്രമായ രഹസ്യസ്വഭാവമുള്ളവയായിരുന്നു അവ.

ഏഴുമണിയായതോടെ റസ്റ്റോറന്റ് സജീവമായി.

സമദ് യൂണിഫോം ധരിച്ച് റെഡിയായി.

തലേ ദിവസത്തെ തെറ്റുകൾ ആവർത്തിക്കാതിരിക്കാൻ അവൻ ശ്രദ്ധിച്ചു.

കൗണ്ടറിൽ ജാഫറുണ്ട്.

ഉമ്മറും സുനീറുമാണ് വണ്ടികളുമായി കോഴിക്കോട്ടേക്കും കൊല്ലത്തേക്കും പോയിരിക്കുന്നതെന്ന് മനസിലായി. ഹെഡ് ഹൗസിൽ നിന്ന് ബ്രാഞ്ചുകളിലേക്കുള്ള പലചരക്ക് വ്യഞ്ജനങ്ങളും പലഹാരങ്ങളും എന്ന വ്യാജേന കടത്തുന്നത് കുഴൽപ്പണമാണ്. ബ്രാഞ്ചുകളിൽ നിന്നും കുഴിമന്തി പാർസൽ രൂപത്തിൽ കറൻസി,

പാഴ്സൽ ബോയികൾ അത് എത്തേണ്ടിടത്ത് എത്തിക്കുന്നു. വിദേശത്ത് നിന്ന് ആളുകൾ അയക്കുന്ന പണം നിശ്ചിത ശതമാനം നികുതി പിടിച്ചെടുത്തതിന് ശേഷം മാത്രമേ നാട്ടിലേക്ക് വരികയുള്ളൂ. കുഴൽപ്പണത്തിന്റെ കാര്യത്തിൽ ഇത് അവർ മുതലാക്കുന്നു. പാക്കിസ്ഥാനിൽ അടിക്കുന്ന വ്യാജനോട്ടുകൾ വിതരണം ചെയ്യാനുള്ള കുറുക്കു വഴിയായി ഇത് ഉപയോഗിക്കപ്പെടുന്നു. പാക്ക് നിർമിത ഇന്ത്യൻ കറൻസി തിരിച്ചറിയുക വയ്യ, കാരണം ഇന്ത്യൻ കമ്മട്ടത്തിന്റെ എല്ലാ രീതികളും അവർ ഉപയോഗിക്കുന്നു. അച്ചടി ഇന്ത്യൻ റിസർവ് ബാങ്കിന്റെ കണക്കിൽപ്പെടാത്ത പണമാണ് എന്ന ഒറ്റക്കാരണമേ ഉള്ളൂ. അത് മതി ഒരു രാജ്യത്തിന്റെ സമ്പദ് ശൃംഘലയെ തകർക്കാൻ.

എട്ടുമണിയോടെ കാദർ സാഹിബിന്റെ കൗൺസിലിങ്ങ് സെന്റർ തുറന്നു.

ആളുകൾ വരാൻ തുടങ്ങി.

കാത്തിരിക്കാനുള്ള ഹാളിൽ ഓരോരുത്തരും തങ്ങളുടെ ഊഴവും കാത്ത് ക്ഷമയോടെ കാത്തിരുന്നു.

സൽമ ഓരോരുത്തർക്കും ടോക്കൺ വിതരണം ചെയ്യുന്ന തിരക്കിലാണ്.

ഇടക്ക് സമദ് ആരുമറിയാത്ത വിധത്തിൽ അവിടെ ചുറ്റിക്കറങ്ങിവന്നു.

കറുത്ത സിൽക്ക് പർദയും ഹൈനെറ്റും ധരിച്ച സൽമയുടെ വെളുത്തകൈപ്പത്തികൾ മാത്രമേ ദൃശ്യമായുള്ളൂ.

കാലുകളിൽ കറുത്ത വെൽവെറ്റ് ഷൂസുകൾ.

സൽമ ആ വേഷത്തിൽ എത്ര സുന്ദരിയാണ് എന്നോർത്തുപോയി സമദ്.

സത്യത്തിൽ ആ വേഷത്തിനകത്ത് ഒരു പടുവൃദ്ധയായിരുന്നാൽകൂടി മോഹിപ്പിക്കുന്ന എന്തോ ഒന്ന് അതിനുണ്ട്.

സൽമ സമദിനെ ശ്രദ്ധിച്ചതേയില്ല.

ഏകദേശം പത്തുമണിയായതോടെ സമദിന് രണ്ട് വാട്ട്സാപ്പ് മെസേജുകൾ വന്നു.

അവന്റെ ചുണ്ടിൽ ഒരു പുഞ്ചിരി തത്തിക്കളിച്ചു.

അതേ സമയം തന്നെ കാദർസാഹിബിന്റെ ഫോണും ശബ്ദിച്ചു.

മറുപുറത്ത് നിന്ന് കേട്ട വാർത്ത ഞെട്ടിക്കുന്നതായിരുന്നു.

അയാൾ ഉടൻതന്നെ ഇടപാടുകാരെ പറഞ്ഞുവിട്ട് വാതിലടച്ച് കുറ്റിയിട്ട് ടിവി ഓൺചെയ്തു.

ചുവന്ന ബെൽറ്റിൽ വെളുത്ത അക്ഷരങ്ങളിൽ ഫ്ളാഷ് ന്യൂസ് മിന്നുന്നു.

" തൃശൂർ വാടാനപ്പള്ളിയിലും ആലപ്പുഴ തുറവൂരും വാഹനം ആക്രമിച്ച് കവർച്ച. തട്ടിയെടുത്തത് കുഴൽപ്പണമെന്ന് സംശയം. പിന്നിൽ രവിപൂജാരയും സംഘവുമെന്ന് പോലീസ്."

കാദർ സാഹിബ് വിയർത്തു.

അയാൾ മുറിയിലെ എസി കൂട്ടിയിട്ടു.

ജാഫർ ഓടി വന്നു.

ഇരുവരും മുറിയിൽ രഹസ്യസംഭാഷണം നടത്തുന്നത് സമദ് ശ്രദ്ധിച്ചു.

പക്ഷേ മുറിയുടെ അടുത്തേക്ക് പോകാൻ നിർവാഹമില്ലാത്തതിനാൽ അവരെന്താണ് പറയുന്നത് എന്ന് മനസിലാക്കാൻ കഴിഞ്ഞില്ല.

സമദ് റസ്റ്റോറന്റിന്റെ സ്റ്റോർ മുറിയിലേക്ക് കയറി ഫോണിന്റെ വൈഫൈ ഓൺ ചെയ്ത് കാദർസാഹിബിന്റെ റൂമിലെ മേശക്കടിയിൽ സ്ഥാപിച്ച മൈക്രോ ട്രാൻസ്മിറ്റർ ആക്ടീവാക്കി. എന്നിട്ട് ഹെഡ്ഫോൺ ഫോണിൽ കുത്തി ആ മുറിയിലെ സംഭാഷണങ്ങൾ വ്യക്തമായി കേട്ടു. അത് റെക്കോഡ് ചെയ്യാനും കഴിയുമായിരുന്നു.

" തുലഞ്ഞത് കോടികളാണ്.."

കാദർ സാഹിബ് വിങ്ങിപ്പൊട്ടുന്നു.

" ബാപ്പ ടെൻഷനാകരുത്."

ജാഫർ സാന്ത്വനിപ്പിക്കാൻ ശ്രമിക്കുന്നു.

" എന്റെ ജീവിതത്തിൽ ഇങ്ങനെ തിരിച്ചടിയുണ്ടായിട്ടില്ല."

" അത് രവിപൂജാരയാണെന്ന് നിനക്കുറപ്പുണ്ടോ?"

" അല്ലാതെ ആര് ധൈര്യപ്പെടും."

" അവനെങ്ങനെ നമ്മുടെ നീക്കം അറിഞ്ഞു. ആരാണ് ഒറ്റിയത്. നമുക്കിടയിൽ ചാരന്മാരുണ്ട്. എല്ലാത്തിനേയും സൂക്ഷിക്കണം. വേണ്ടി വന്നാൽ തീർത്തുകളഞ്ഞേക്കണം.."

കാദർസാഹിബിന്റെ ഫോൺ ശബ്ദിച്ചു

കാദർ ഫോണെടുത്ത് ജാഫറിന് നീട്ടി

" ആ സമീറാണ്.. സിനിമാ നടൻ..നാവെടുത്താൽ തെറിയേ പറയത്തൊള്ളൂ ഹറാം പിറപ്പ്.. അവനോടെന്തൊന്നുവച്ചാൽ പറയ്.."

ജാഫർ ഫോൺ അറ്റൻഡ് ചെയ്തു.

അപ്പുറത്ത് സമീറിന്റെ രോഷാകുലമായ ശബ്ദം

" നീയൊക്കെ എന്ത് മൈരാണ് അവിടെ ഒണ്ടാക്കുന്നത്...സൂക്ഷിക്കണമെന്ന് പലവട്ടം പറഞ്ഞതല്ലേ."

" അത് ഇക്കാ.."

" ഇക്കാ..കക്കാ..തായോളി മക്കൾ...കോടികളാണ് കൊണ്ടുപോയത്..."

" രവി പൂജാരിയാണ് കളത്തിലിറങ്ങിയിരിക്കുന്നത്....ദാവൂദുമായുള്ള എല്ലാ ഏർപ്പാടിന്റേയും നിക്കറുവള്ളിവരെ അവൻ തപ്പിയെടുത്തുകൊണ്ടിരിക്കുകയാണ്.. ഇങ്ങ് താഴേന്ന്..അതാണ് സെറീനയുടെ ബ്യൂട്ടി സലൂണിലും സംഭവിച്ചത്....പക്ഷേ സെറീനയെ സൂക്ഷിക്കണം...ഇത് അവളും അറിഞ്ഞോണ്ടുള്ള കളിയാണ്. അവൾ പഠിച്ച കള്ളിയാണ്..."

" ഈ കൊച്ചുകളിക്കൊക്കെ രവിപൂജാര നിൽക്കുമോ എന്നാണെന്റെ സംശയം. മറ്റാരോ ഇതിനിടയിൽ കിടന്ന് കളിക്കുന്നില്ലേ.."

" ഉണ്ട്...പെരുമ്പാവൂരെ സിനിമാനിർമാതാവും അവന്റെ കാസർകോട്ടെ ഗുണ്ടാസംഘവും. അത് തേർഡ് പാർട്ടിയാണ്..രവിപൂജാരയെ ഇതിലേക്ക് ശ്രദ്ധ ക്ഷണിച്ച് കൊണ്ടുവന്നത് അവനാണ്. പിന്നൊരു കാര്യം.. പോയതുപൊക്കോട്ടെ. കുറച്ച് പേപ്പറും മഷിയും. അങ്ങനെ കരുതിയാൽ മതി. അതിന്റെ പിന്നാലെ പരതി പോലീസിന്റെ ശ്രദ്ധ ക്ഷണിക്കണ്ട. നമ്മൾ ഒന്നും അറിഞ്ഞില്ല. നമുക്കൊന്നും നഷ്ടപ്പെട്ടിട്ടുമില്ല."

" ശരി സർ.."

" ഇനി പ്രധാനകാര്യം പറയാൻ പോകുന്നു.

സമീർ ജാഗരൂകനായി ശബ്ദം താഴ്ത്തി തുടർന്നു

" നാലു ദിവസത്തിനുള്ളിൽ കൊച്ചി പോർട്ടിൽ രണ്ട് കണ്ടെയ്നർ വരും. രണ്ടിലും ടർക്കിഷ് ഓക്കുമരമാണ്. കറൻസി അതിനകത്ത് ഭദ്രമാണ്. രണ്ടായിരത്തിന്റേയും അഞ്ഞൂറിന്റേയും ഇന്ത്യൻ കറൻസി.

മരം മുറിച്ചാൽ മാത്രമേ അത് കിട്ടൂ. അതിനുള്ള സ്ഥലവും സജ്ജീകരണങ്ങളും ഏർപ്പാടാക്കണം. എങ്ങനെ എപ്പോൾ എന്നൊക്കെ ഞാൻ പിന്നീട് പറഞ്ഞോളാം. മറ്റേ മോൻ ഗൾഫ് താജുദ്ദീനുള്ളത് കോഴിക്കോട് വരുമെന്നാണ് കേട്ടത്. പിന്നെ..കാദർസാഹിബുമായുള്ള എന്റെ ഇടപാടിന് പതിനഞ്ച് വർഷത്തെ പഴക്കമുണ്ട്...അത് മറക്കരുത്..”

“ അറിയാം ഇക്ക...”

ജാഫർ പരമാവധി താഴ്മയോടെ പറഞ്ഞു.

സമീർ ഫോൺ വച്ചു.

ഒരു ദീർഘനിശ്വാസത്തോടെ ജാഫർ വാപ്പയെ നോക്കി.

“ സമീർ അത് ക്ഷമിച്ചു.”

“ പക്ഷേ നമുക്ക് പോയത് മുപ്പത് ശതമാനം കമ്മീഷനാണ്.”

“ എഴുപത് ശതമാനം അങ്ങേർക്ക് ക്ഷമിക്കാമെങ്കിൽ നമ്മള് മുപ്പ്ത് ശതമാനം കളഞ്ഞേ പറ്റൂ..”

ജാഫർ പറഞ്ഞു.

സ്റ്റോർ റൂമിൽ നിന്നും ആ സംഭാഷണങ്ങൾ എല്ലാം മൊബൈൽ ഹെഡ് ഫോണിലൂടെ കേട്ടുകൊണ്ടിരിക്കുകയായിരുന്നു സമദ്.

സൂപ്പർസ്റ്റാർ സമദിന്റെ ഇടപെടലും കൊച്ചി പോർട്ടിലേക്ക് വരുന്ന രണ്ട് കണ്ടെയ്നർ ടർക്കിഷ് ഓക്കുമരവും പുതിയ അറിവുകളായിരുന്നു.

അവന്റെ ചുണ്ടിൽ നിഗൂഢമായ ചിരി വിരിഞ്ഞു.

പൊടുന്നനെ അവന്റെ ചുമലിൽ ഒരു കൈ വന്നുവീണു.

അവൻ ഞെട്ടിപ്പോയി.

പിടിക്കപ്പെട്ടു എന്ന് വിചാരിച്ച് അവൻ തിരിഞ്ഞു

അത് നിഷാദായിരുന്നു.

“ കൊച്ചു കള്ളാ സ്റ്റോർ റൂമിൽ പാത്തിരുന്ന് ഫോൺ ചെയ്യുവായിരുന്നല്ലേ...ആരായിരുന്നു ലൈനിൽ..”

സമദിന് ശ്വാസം നേരെ വീണു.

അവൻ കുസൃതിഭാവം മുഖത്ത് വരുത്തി പറഞ്ഞു:

“ പറയില്ല.”

“ ഓ എന്തായിരുന്നു..കല്യാണത്തോട് പുച്ഛം...പെണ്ണുങ്ങളോട് പുച്ഛം...നിന്നെ കണ്ടപ്പഴേ എനിക്ക് തോന്നിയതാണ് നീ

ശരിയല്ലാന്ന്..ദേ ആ ജാഫറ് കാണണ്ടാട്ടോ.. ഇവിടത്തെ ശിക്ഷ ഭീകരമാണ് ഭീകരം..”

“ ശിക്ഷയോ..?”

“ ആ ശിക്ഷ...ഇതുപോലെ പണിസമയത്ത് ഫോണിൽ സൊള്ളിയാൽ, ഒരു ഗ്ലാസ് പൊട്ടിയാൽ, കട്ടുതിന്നാൽ ഒക്കെ ഭീകരശിക്ഷയാണ്...ഒരു ദിവസം രണ്ടും മൂന്നും പേർക്ക് പണി കിട്ടാറുണ്ട്. ദേ ഇപ്പോ ഒരു ബംഗാളിക്കവിടെ പണി കിട്ടിക്കൊണ്ടിരിക്കുകയാണ് വേഗം വന്നാൽ കാണാം.”

നിഷാദ് സമദിനേയും കൊണ്ട് അടുക്കളയുടെ മറ്റൊരു ഭാഗത്തേക്ക് നടന്നു.

10

അധ്യായം 10

തന്തൂരി അടുപ്പും കുഴിമന്തി ഉണ്ടാക്കുന്ന കുഴിയടുപ്പും ഒരു വലിയ തളത്തിലാണ്.

അവിടെയാണ് ശിക്ഷ നടപ്പാക്കുന്നത്

കുറച്ച് പണിക്കാർ ശിക്ഷ നടപ്പാക്കുന്നത് കാണാനായി നിൽക്കുന്നുണ്ട്.

സൗദി അറേബ്യയിലെ പോലെ ശിക്ഷ നടപ്പാക്കുന്നത് പരമാവധി ആളുകൾ കാണണമെന്നാണ് കാദർ സാഹിബ് ആഗ്രഹിക്കുന്നത്.

ഒരാളെ ശിക്ഷിക്കുന്നത് കണ്ടാൽ അത് പേടിച്ച് മറ്റാരും കുറ്റം ചെയ്യില്ല എന്ന് മനഃശാസ്ത്രം.

ഒരു ബംഗാളിയെ മൂന്ന് പേർ ബലമായി പിടിച്ച വിവസ്ത്രനാക്കുകയാണ്.

പിന്നിൽ ഒരു വലിയ ദോശച്ചട്ടി ചുട്ടുപഴുക്കുന്നു.

ബംഗാളി അലറിക്കരയുന്നുണ്ട്.

നഗ്നനായ ബംഗാളിയെ അവർ ബലമായി ചുട്ടുപഴുത്ത ദോശച്ചട്ടിയിൽ ഇരുത്തുന്നു.

അയാളുടെ പിൻഭാഗം മുഴുവൻ പൊള്ളി.

ബംഗാളി ഉച്ചത്തിൽ നിലവിളിച്ചു.

പക്ഷേ അതൊന്നും പുറത്ത് കേൾക്കില്ല.

ശിക്ഷ കഴിഞ്ഞതോടെ എല്ലാവരും പുറത്തിറങ്ങി.

ബംഗാളിയെ അയാളുടെ പാട്ടിന് വിട്ടു.

" അല്ലാഹുവേ..!"

സമദ് പരിതപിച്ചു.

" അല്ലാഹുവിനെ വിളിച്ചിട്ടൊന്നും ഒരു കാര്യവുമില്ല. കിട്ടിയാൽ കിട്ടിയതാണ്..ഇതുകൂടാതെ മറ്റൊരു ശിക്ഷയുണ്ട് കുനിച്ച് നിർത്തി തുണിയുരിച്ച് മുള്ളുമുരിക്കിന്റെ കമ്പുകൊണ്ട് കുണ്ടിയിലടിക്കും. ശിക്ഷ കഴിഞ്ഞാൽ മുള്ളൻപന്നി കുണ്ടിയിൽ ഉമ്മ വച്ചപോലെയിരിക്കും."

" കാദർ സാഹിബിന്റെ എല്ലാ പണിയും കുണ്ടിയിലാണോ?"

" അതോണ്ടാണ് അങ്ങേരെ എല്ലാവരും കുണ്ടി സാഹിബ് എന്ന് വിളിക്കുന്നത്. എന്നുകരുതി നീ വിളിക്കാനൊന്നും പോണ്ട."

നിഷാദ് താക്കീത് നൽകി.

" ശിക്ഷ കാണാൻ സാഹിബോ മക്കളോ വന്നില്ലല്ലോ."

" പിന്നേ..ബംഗാളീടെ കുണ്ടി കാണാൻ അവരു വരുവല്ലേ..അവര് ശിക്ഷ വിധിക്കും. നടപ്പാക്കാൻ ആൾക്കാര് വേറെയുണ്ട്...നീ വന്നേ..അല്ലേൽ നമുക്കും കിട്ടും പണി."

അവർ വേഗം ജോലിയിൽ മുഴുകി.

ആ രാത്രിയിലും നിഷാദും ബംഗാളിഭായിമാരും മദ്യപിച്ച് വെടിക്കഥകൾ പറഞ്ഞ് ബോധം കെട്ടുറങ്ങാൻ തുടങ്ങി.

സമദ് തലേ രാത്രിയിലേതുപോലെ ഒരു പെഗ് മാത്രം കഴിച്ചു.

എന്നിട്ട് പുറത്തേക്കിറങ്ങി.

രാത്രിയുടെ പകുതി പതിവിന് വിപരീതമായി തണുത്തിരുന്നു.

അടുത്തെവിടെയോ തകർത്ത് വേനൽമഴ പെയ്തിട്ടുണ്ട്.

ദൂരെയെവിടെയോ ഒരു കല്യാണവീടുണ്ടെന്ന് തോന്നുന്നു.

ആ പാതിരാത്രിയിലും മൈക്കിലൂടെ മനോഹരമായ ഒരു ഗാനത്തെ മാക്കാച്ചിത്തവളയുടെ സ്വരമുള്ള ഒരുവൻ ബലാത്സംഗം ചെയ്യുന്നത് കേട്ടു. കുറേപേർ തുള്ളിയാർക്കുന്ന ശബ്ദവും മൈക്കിലൂടെ കേൾക്കാം.

സമദ് ചെവിയോർത്തു.

മണലിൽ കാലുരസുന്ന മറ്റൊരു ശബ്ദം കൂടി കേൾക്കാം.

ആരോ പിന്തുടരുന്നുണ്ട്.

സമദ് പൊടുന്നനെ വെട്ടിമാറി ഇരുളിലൊളിച്ചു.

കാദർ സാഹിബിന്റെ മുറിയിൽ വെളിച്ചമുണ്ട്.

ആരോ പമ്മിപരുങ്ങി വരുന്നുണ്ട്.

അത് സഹമുറിയനായി ബംഗാളിയാണ്.

അവൻ മദ്യപിച്ച് ബോധം കെട്ടുറങ്ങുന്നതാണല്ലോ കണ്ടത്.

അപ്പോൾ അതവന്റെ അഭിനയമായിരുന്നു.

തന്നെ പിന്തുടർന്ന് ഇറങ്ങിയതാണെന്ന് സമദിന് മനസിലായി.

ബംഗാളിപ്പയ്യൻ സമദിനെ കാണാതെ വട്ടം തിരിഞ്ഞുനിന്നു.

കാദർ സാഹിബിന്റെ മുറിയിൽ വെളിച്ചം കണ്ട് സ്വാഭാവികമായും അവൻ അങ്ങോട്ട് നീങ്ങി.

സമദ് ഈ സമയം കൊണ്ട് കെട്ടിടങ്ങളുടെ ഇരുട്ട് പറ്റി ഇന്നലെ സൽമയെ കണ്ട സ്റ്റോർറൂമിന് അടുത്തെത്തി.

ബംഗാളിപ്പയ്യൻ കാദർസാഹിബിന്റെ മുറിയിലേക്ക് എത്തിനോക്കുകയാണ്.

ഇത് പ്രോത്സാഹിപ്പിച്ചാൽ തനിക്കാപത്താണ് എന്ന് മനസിലാക്കിയ സമദ് ഒരു ബുദ്ധി പ്രയോഗിച്ചു.

നിലത്തുനിന്നും ഒരു കരിങ്കൽ കഷണമെടുത്ത് കാദർസാഹിബിന്റെ മുറിയുടെ ചില്ലുജാലകം ലക്ഷ്യമാക്കി ഒറ്റയേറ്.

ജാലകം വലിയ ശബ്ദത്തോടെ തകർന്നു.

ഞൊടിയിടയിൽ കാദർസാഹിബും ജാഫറും റൂമിൽ നിന്ന് പുറത്തിറങ്ങി.

പരിഭ്രാന്തനായ ബംഗാളിപ്പയ്യൻ ഓടി.

ജാഫർ പിൻപോക്കറ്റിൽ നിന്ന് പിസ്റ്റളെടുത്ത് നിറയൊഴിച്ചു.

അതിന് സൈലൻസർ ഉണ്ടായിരുന്നു.

അതിനാൽ വെടിശബ്ദം കേട്ടില്ല.

ബംഗാളി നിലത്ത് വീണു.

ജാഫർ അടുത്ത് ചെന്ന് പരിശോധിച്ചു.

പിന്നെ കാദറിനടുത്തേക്ക് എത്തി.

“ അവൻ തീർന്നു വാപ്പാ.”

“ ഏതാ അവൻ...?”

“ ബംഗാളിയാ..നിഷാദിന്റെ കൂടെ താമസിക്കുന്നവൻ..”

“ ചാരനാ..?”

“ അല്ലെങ്കിൽ എന്തിനാ നമ്മുടെ രഹസ്യം പിടിക്കാൻ വരുന്നത്.”

ഇരുവരും മുറിയിൽ കയറി കതകടച്ചു.

ജാഫർ ആരേയോ ഫോണിൽ വിളിച്ചു.

" ഇപ്പോൾത്തന്നെ വേണം എല്ലാം..ഒരു പ്ലാസ്റ്റിക് വീപ്പ..200 ലിറ്ററിന്റെ .പിന്നെ അരച്ചാക്ക് സിമന്റ്..എംസാൻഡ് മെറ്റൽ..അവനെ വീപ്പക്കകത്ത് എടുത്തിട്ട് കോൺക്രീറ്റ് ചെയ്യണം. അവൻ കിടക്കുന്നിടത്തെ രക്തം പുരണ്ട മണൽ കൂടി മാറ്റിക്കോളണം. ഒരു തെളിവും അവശേഷിക്കരുത്. സാധനം ഹാർബർ പാലത്തിൽ നിന്ന് താഴേക്കിട്ടാൽ മതി. അത് കോൺക്രീറ്റ് സെറ്റായിട്ട് നാളെ ചെയ്താൽ മതി...വേഗം വേണം."

മൈക്രോ ട്രാൻസ്മിറ്റർ വഴി സമദ് എല്ലാം വ്യക്തമായി കേട്ടു.

സമദിന്റെ ചുമലിൽ ചുടുനിശ്വാസം വീണു.

സൽമയാണ്.

" ഇവിടെന്തെടുക്കുവാണ്.. അകത്തേക്ക് വായോ.."

അവൾ അവനെ പിടിച്ചുവലിച്ചുകൊണ്ട് റൂമിലേക്ക് കയറി.

സമദ് പരിഭവിച്ചു

" എന്തൊരു ജാഡയാണ് നിനക്ക്. പകൽ നീയൊന്നു മൈൻഡുചെയ്തുകൂടിയില്ല."

" ഉം ഇവിടൊക്കെ ചുവരിനും കണ്ണും ചെവിയുമുണ്ട്."

സൽമ വാതിൽ കുറ്റിയിട്ടു.

" എന്താ ശബ്ദം കേട്ടത്?"

അവൾ ചോദിച്ചു.

" നിനക്കൊരു പണി വന്നതാ."

" എന്താണ്?"

" എന്നെ ഫോളോ ചെയ്ത് സഹമുറിയൻ ബംഗാളി വന്നു. ഭാഗ്യത്തിന് ഞാനവനെ കണ്ടു. ഇല്ലെങ്കിൽ നമ്മുടെ സീൻ അവൻ കാണും. നിനക്ക് അവൻ നല്ല പണിയും തരും."

" എന്നിട്ട്?"

" എന്നിട്ടെന്താ..ജാഫർ അവനെ കണ്ടു. തീർത്തു."

" റബ്ബേ..?"

സൽമ ഞെട്ടി.

സമദ് അത് നിസാരവത്ക്കരിച്ചുകൊണ്ട് അവളെ ചേർത്ത് പിടിച്ച് പിൻതുടകളിൽ തഴുകിക്കൊണ്ട് ആ ചെഞ്ചുണ്ടുകളിൽ ഉമ്മ വച്ചു.

അവളുടെ ശ്വാസഗതി വർധിച്ചു.

സൽമയുടെ ഇടംകൈ സമദിന്റെ ഉദരത്തിലൂടെ താഴേക്ക് സഞ്ചരിച്ച് ഉദ്ധൃതമായ ലക്ഷ്യസ്ഥാനത്തെത്തി.

സമദ് അവളെ ആവേശത്തോടെ ഇറുകെ പുണർന്നു.

പൊടുന്നനെ വാതിലിൽ മുട്ട് കേട്ടു.

ഇരുവരും ഞെട്ടി.

സൽമ പിന്നോട്ട് മാറി.

" സാഹിബ്...!"

അവൾ പിറുപിറുത്തു.

" നേരത്തേ..?"

" നോക്കി നിൽക്കാതെ എവിടെങ്കിലും ഒളിക്ക്."

സമദ് അവിടത്തെ അലമാരക്ക് പിന്നിലേക്ക് പതുങ്ങി.

റൂമിൽ ലൈറ്റില്ലായിരുന്നു.

ജാലകത്തിലൂടെ വരുന്ന നിലാവെട്ടം മാത്രമേയുള്ളൂ.

സൽമ വാതിൽ തുറന്നു.

" എന്തേ നീ വാതിൽ കുറ്റിയിട്ടേ..?"

കാദർ സാഹിബ് അടക്കിപ്പിടിച്ച് ചോദിച്ചു.

സൽമ ഉത്തരത്തിനായി ഒന്നു പരതിയെങ്കിലും അവൾ അത് ബുദ്ധിപൂർവം കണ്ടെത്തി.

" എന്തോ ചില്ല് പൊട്ടുന്ന വലിയ ശബ്ദം കേട്ടു. പേടിച്ചുപോയി.. കള്ളന്മാരാരെങ്കിലുമാണെങ്കിൽ ഇങ്ങോട്ട് കയറിവന്നാലോ എന്ന് കരുതി."

സാഹിബ് അകത്തുകയറി വാതിൽ ലോക്ക് ചെയ്തു.

പിന്നെ വേഗം പ്രവൃത്തി തുടങ്ങി.

സൽമയെ ഒരു മേശമേൽ കൈകൾ കുത്തിച്ച് കുനിച്ചു നിർത്തി.

അയാൾ അവളുടെ വസ്ത്രം മുകളിലേക്ക് തെറുത്തുവച്ചുകൊണ്ട് പറഞ്ഞു

" അവനൊരു ചാരനായിരുന്നു."

" ആര്?"

" ഇവിടെ ജോലിയെടുക്കുന്ന ഒരു ബംഗാളിചെക്കൻ."

അയാൾ ഒരു ഡെപ്പിയെടുത്ത് തുറന്നു.

അതിൽ ഒലീവ് ഓയിലായിരുന്നു.

അതിൽ വിരൽ മുക്കി സൽമയുടെ നിതംബങ്ങളിൽ പുരട്ടി.

വിരലുകൾ ആഴങ്ങളിലേക്ക് സഞ്ചരിച്ചു.

സൽമയുടെ മുഖം വികാരത്താൽ വലിഞ്ഞുമുറുകി.

അവൾ ശബ്ദം നേർപ്പിച്ച് ചോദിച്ചു

“ എന്നിട്ട്?”

“ കൊന്നുകളഞ്ഞു.”

ആ ഉത്തരം സമദിൽ നിന്ന് മുമ്പ് കേട്ടതാണെങ്കിലും അവൾ ആശ്ചര്യം അഭിനയിച്ചു.

അയാൾ അവളുടെ പിന്നിലേക്ക് ചേർന്നുനിന്നുകൊണ്ട് ദ്വാരത്തിന്റെ ആഴത്തിലേക്ക് പ്രവേശിച്ചു.

സൽമ ഒന്നു നിലവിളിച്ചു.

അയാൾ അവളുടെ വായ്പൊത്തി.

സമദ് എല്ലാം കണ്ടുകൊണ്ടിരുന്നു.

മേശ ഞരങ്ങിത്തുടങ്ങി.

അയാൾ അവളിൽ ആഞ്ഞ് താഡനങ്ങൾ ഏൽപിച്ചു.

സൽമ മേശയിൽ കിതപ്പോടെ കൈകൾ ബലമായി പിടിച്ചു.

അയാളുടെ ഓരോ താഡനവും മേശയേയും ഭിത്തിയേയും ഇളക്കാൻ പര്യാപ്തമായിരുന്നു.

സൽമ വന്യമായി അയാളുടെ രീതി ആസ്വദിക്കുന്നുണ്ട് എന്ന് സമദിന് മനസിലായി.

കാദർ സാഹിബ് പറഞ്ഞു:

“ വഞ്ചിക്കുന്നവരെ ഞാൻ വെറുതെ വിടില്ല.. അത് നീയായാലും സൽമ.”

സൽമയുടെ ഉള്ളാന്തി.

അവൾ ഇരുട്ടാണെങ്കിലും കടക്കണ്ണിലൂടെ അലമാരക്ക് പിന്നിലേക്ക് നോക്കി.

അരമണിക്കൂറോളം നീണ്ടുനിന്ന ആ പ്രയത്നത്തിന് ശേഷം കാദർ സാഹിബ് സൽമയെ തള്ളിമാറ്റി പുറത്തേക്ക് പോയി.

സമദ് വന്ന് സൽമയെ ചുംബിച്ചു.

അവൾ അവനെ പുണർന്നു.

11

അധ്യായം 11

കൊച്ചി നോർത്ത് റെയിൽവേ ഓവർ ബ്രിഡ്ജ് ഇറങ്ങിച്ചെന്നാൽ മെട്രോ റെയിലിന്റെ തണലുപറ്റി ഇടത്തേക്ക് കിടക്കുന്നത് എസ്ആർഎം റോഡാണ്.

അതിലൂടെ നാലുവാര ചെന്നാൽ ഒരു പഴയ നാലുനില കെട്ടിടം കാണാം.

അതിന്റെ രണ്ടാം നിലയിൽ ഒരു ഓഫീസ് പ്രവർത്തിക്കുന്നുണ്ട്.

“ഇള പ്രോപർട്ടീസ് ഏജന്റ്സ്” എന്ന് ഇംഗ്ലീഷിൽ മഞ്ഞ നിറത്തിൽ കടുംപച്ച പശ്ചാത്തലത്തിൽ എഴുതിയ മങ്ങിയ ഒരു ബോർഡ് പാരപ്പെറ്റിൽ തൂങ്ങുന്നുണ്ട്.

മൂന്നോ നാലോ ജോലിക്കാരുണ്ട്. അവിടെ.

എല്ലാവരും തിരക്കുപിടിച്ച പണികളിലാണ്. ചെന്നുകയറുന്ന വലിയ ഹാളിലെ ഹാഫ് ക്യാബിനുകളിൽ ചിലർ ഫോൺ വിളിക്കുന്നു. മറ്റ് ചിലർ ഫയലുകൾ പരിശോധിക്കുന്നു.

ഇൻസൈഡിലെ അടച്ച ക്യാബിനുകളിൽ വലിയ സജ്ജീകരണങ്ങളുണ്ട്.

ഫോൺ ചോർത്താനും മൊബൈൽ ട്രാക്ക് ചെയ്യാനുമുള്ള ആധുനിക സജ്ജീകരണങ്ങൾ അവിടെ ഏർപ്പെടുത്തിയിട്ടുണ്ട്.

റിയൽ എസ്റ്റേറ്റ് പ്രോപ്പർട്ടികളുടെ പരസ്യങ്ങൾ ക്യാമറയിൽ ഷൂട്ട് ചെയ്ത് ടിവിചാനലുകളിലൂടെ കാണിച്ച് പരസ്യം ചെയ്യുന്ന ഏർപ്പാടാണ് അവിടെ ചെയ്യുന്നത് എന്ന് വരുത്തിത്തീർക്കാൻ ചില എഴുത്തുകുത്തുകളൊക്കെ ചുവരിൽ ചെയ്തിട്ടുണ്ട്.

പക്ഷേ ഇതുവരെ ഒരു ക്ലൈന്റ്സും അങ്ങോട്ട് എത്തിനോക്കിയിട്ടില്ലെന്ന് മാത്രം.

മറ്റുള്ള എല്ലാ ഓഫീസുകളിലും ചായ കൊടുക്കുന്ന ചായക്കാരനെപ്പോലും അങ്ങോട്ട് അടുപ്പിക്കാറില്ല.

വല്ലപ്പോഴും പുസ്തകകച്ചവടക്കാരോ അത്തറുകച്ചവടക്കാരോ അബദ്ധവശാൽ കയറിവന്നാൽ ആരും മൈൻഡ് ചെയ്യാറുമില്ല.

നഗരത്തിന്റെ തിരക്കുകൾക്കിടയിൽ അവിടെ അവരെന്താണ് ചെയ്യുന്നത് എന്ന് ആരും തിരക്കാറുമില്ല.

അത് ഇന്ത്യൻ ചാരസംഘടനയായ 'റോ'യുടെ ഒരു കൊച്ചിൻ സബ് ബ്രാഞ്ച് ഓഫീസാണ്.

അകത്തെ ഒരു ഹാളിൽ അടിയന്തിരമായ മീറ്റിങ്ങ് നടക്കുകയാണ്.

സുധ കൃപലാനി എന്ന സ്ത്രീയായിരുന്നു ആ മീറ്റിങ്ങ് നിയന്ത്രിച്ചിരുന്നത്.

അവർ ഐജി റാങ്കുള്ള ഒരു ഉദ്യോഗസ്ഥയാണ്.

'റോ'യുടെ ദക്ഷിണമേഖലാ സർക്കിളിന്റെ ചുമതല സാംബശിവറാവുവിനാണ്.

അദ്ദേഹം എത്തിയിട്ടില്ല, പക്ഷേ നിരന്തരം ഫോണിൽ ബന്ധപ്പെടാൻ ശ്രമിച്ചുകൊണ്ടിരിക്കുന്നുണ്ട്.

ആ അടിയന്തര മീറ്റിങ്ങിൽ പ്രധാനപ്പെട്ട എല്ലാ ഉദ്യോഗസ്ഥരും പങ്കെടുക്കുന്നുണ്ട്.

സുധ കൃപലാനി പറഞ്ഞു:

" രണ്ട് കാര്യങ്ങളാണ് നിങ്ങളുടെ ശ്രദ്ധയിൽ പെടുത്താനുള്ളത്. ഒന്ന് പോസിറ്റീവും മറ്റൊന്ന് നെഗറ്റീവും. രണ്ടും ലഷ്കറെ തോയ്ബയുമായി ബന്ധപ്പെട്ടത്. നെഗറ്റീവ് കാര്യം ആദ്യം പറയാം. ഇന്ത്യയുടെ ഏറ്റവും പുതിയ ഉപഗ്രഹവേധ മിസൈലായ ബാലി 169 ന്റെ എല്ലാ വിവരങ്ങളും ചോർത്തപ്പെട്ടിരിക്കുന്നു. എട്ട് ദിവസങ്ങൾക്ക് മുമ്പ് കറാച്ചിയിൽ നിന്ന് പുറപ്പെട്ട റൗത്ത് സുൽത്താന എന്ന പാക്കിസ്ഥാൻ ഷിപ്പിൽ ഭാരതീയ പ്രതിരോധ മന്ത്രാലയത്തിന്റെ അസിസ്റ്റന്റ് സെക്രട്ടറി മിസ്റ്റർ ശിവരാജ് ചൗഹാനെ കബളിപ്പിച്ച് ഒരു പാക്കിസ്ഥാൻ ചാരവനിതയാണ് ഈ വിവരങ്ങൾ തട്ടിയെടുത്തത്. ഹാർഡ് ഡിസ്കുൾപ്പെടെ അവർ മോഷ്ടിച്ചുകൊണ്ടുപോയി."

" ഇതെങ്ങനെ സംഭവിച്ചു മാഡം?"

മുതിർന്ന ഉദ്യോഗസ്ഥൻ സുപ്രീത് സിങ്ങ് ചോദിച്ചു.

" ആ സ്ത്രീ ഐഎസ്ഐ ഏജന്റാണ്. മി സ്റ്റർ ശിവരാജ് മിശ്രയെ ഫേസ്ബുക്കിലൂടെ പരിചയപ്പെടുകയായിരുന്നു. ശിവാനി ബജാജ് എന്നാണ് അവർ പരിചയപ്പെടുത്തിയത്. ഭർത്താവ് രൂപൻ ബജാജ് കറാച്ചിയിൽ സ്റ്റീൽ ഫാക്ടറി നടത്തുന്നുവെന്നും മറ്റും കള്ളം പറഞ്ഞാണ് ശിവരാജിനെ ഇവർ വലയിൽ വീഴ്ത്തിയത്."

" അത്തരം പദവികളിലിരിക്കുന്നവർ ദേശസുരക്ഷാ പ്രാധാന്യമുള്ള അടിയന്തിരകാര്യങ്ങൾ കൈകാര്യം ചെയ്യുമ്പോൾ കുറെക്കൂടി ജാഗ്രത പാലിക്കണമായിരുന്നു."

മറ്റൊരു ഉദ്യോഗസ്ഥനായ സിദ്ധാർത്ഥ് പാട്ടീൽ നീരസം വെളിപ്പെടുത്തി.

സുപ്രീത് സിങ്ങ് അതിനെ ഖണ്ഡിച്ചു.

" നമ്മുടെ ജോലി പത്രപ്രവർത്തകരുടേതോ നിരൂപകരുടേതോ അല്ല മിസ്റ്റർ പാട്ടീൽ. ശിവാനിയായി വേഷം മാറി വന്ന ഐഎസ്ഐ ഏജന്റായ ആ സ്ത്രീയെ കണ്ടുപിടിക്കുക എന്നതാണ്. ആ വിവരങ്ങൾ ഐഎസ്ഐയുടെ കൈകളിലെത്തിയാൽ ഇന്ത്യയുടെ 'ബാലി 169 മിസൈൽ പദ്ധതി' അട്ടിമറിക്കപ്പെടും. മാത്രമല്ല അതൊരു ഉപഗ്രഹവേധ മിസൈലായതുകൊണ്ട് ഹാക്ക് ചെയ്ത് അമേരിക്കയും ചൈനയും പോലുള്ള വൻകിട രാഷ്ട്രങ്ങൾക്ക് നേരേ ഭീകരർ ആയുധമാക്കിയാൽ ഭാരതം ലോകരാഷ്ട്രങ്ങളുടെ മുന്നിൽ പ്രതിക്കൂട്ടിലാകും. ശരി മാഡം. അതിന്റെ കൂടുതൽ വിവരങ്ങൾ എന്തെങ്കിലുമുണ്ടോ?"

" ആ സ്ത്രീ ഷിപ്പ് പോർബന്തറിൽ നങ്കൂരമിട്ടപ്പോൾ ഇറങ്ങി എന്നറിയാൻ കഴിഞ്ഞു."

" അപ്പോൾ നമുക്ക് കാര്യങ്ങൾ എളുപ്പമല്ലേ?"

" പക്ഷേ സർ..അവർ പോർട്ട് ചെക്കിങ്ങിന് ഹാജരായിട്ടില്ല. അതിനർത്ഥം കപ്പലിൽ നിന്ന് ഇറങ്ങുന്നതിനും പോർട്ടിലേക്ക് എത്തുന്നതിനും ഇടക്ക് അവർ അപ്രത്യക്ഷയായി എന്നാണ്. ഒരു ചെറിയ സ്പീഡ് ബോട്ട് വഴി പുറങ്കടലിലെ ഉരുവിലെത്തി രക്ഷപ്പെട്ടുകാണും എന്നാണ് ഊഹിക്കുന്നത്."

" അത് പ്രത്യേകം സ്റ്റഡി ചെയ്യുകയും നേരിടുകയും ചെയ്യേണ്ട കേസാണ്. ഇതിൽ നമ്മുടെ ഈ ഓഫീസിന് എന്തുചെയ്യാനാകും."

" ആ സ്ത്രീയുടെ യാത്ര സമുദ്രമാർഗ്ഗമാണ്. റൗത്ത് സുൽത്താനയുടെ വരവ് പോർബന്തർ - ഡിയു സൂറത്ത് ഡാമൻ മുംബൈ രത്നഗിരി ഗോവ മംഗലാപുരം കോഴിക്കോട് കൊച്ചി വഴിയാണ്. ഇവിടെ എവിടെ വേണമെങ്കിലും അവരെ കിട്ടാം കിട്ടാതിരിക്കാം."

" ഇക്കാര്യത്തിൽ മുംബൈ ഓഫീസ് എടുക്കുന്ന ഏത് തീരുമാനത്തോടും സഹകരിച്ച് പ്രവർത്തിക്കാൻ നമ്മൾ തയ്യാറാണ്."

" ശരി സർ.."

സുധ കൃപലാനി ഇടപെട്ടു.

" ഞാൻ രണ്ടാമത്തെ കാര്യം പറയാം. ഇതേ കപ്പലിൽത്തന്നെ ലഷ്കറെ തോയിബയും ഐഎസ്ഐയും സഹകരിച്ചുള്ള ഒരു മിഷൻ ഇന്ത്യക്കെതിരെ വരുന്നുണ്ട്."

" വാട്ട്...അതെങ്ങനെ പോസിറ്റീവാകും.."

" മുഴുവൻ കേൾക്കൂ സർ... അത് രണ്ട് കണ്ടെയ്നർ ഇന്ത്യൻ കറൻസിയാണ്.?"

" ഓ ഗോഡ്."

" അതെ പാക്ക് നിർമിത ഇന്ത്യൻ കറൻസി. ഒറിജിനല് പോലെയിരിക്കും. എന്നുവച്ചാൽ പൊതുവിപണിയിലേക്ക് അത് ഇറങ്ങിയാൽ ഇന്ത്യൻ കറന്സിയുമായി മിങ്കിൾ ചെയ്ത് സഞ്ചരിക്കും എന്നർത്ഥം. പലതവണ അവരിത് പരീക്ഷിച്ചിട്ടുണ്ടെന്ന് നമുക്കറിയാം. അതിന്റെ അടിസ്ഥാനത്തിലാണ് മോദി സർക്കാർ ആയിരത്തിന്റേയും അഞ്ഞൂറിന്റേയും നോട്ടുകൾ നിരോധിച്ചത്. കാരണം പാക്കിസ്ഥാനിൽ അച്ചടിച്ചിരുന്നത് ഈ അക്ക നോട്ടുകൾ മാത്രമായിരുന്നു."

" ശരിയാണ്. ആ നിരോധനത്തിൽ തിരികെയെത്തിയ നോട്ടുകൾ 99.6 ശതമാനമായിരുന്നു. മീഡിയ മറ്റെന്തൊക്കെയോ പറയുന്നുണ്ട്. പക്ഷേ ആഭ്യന്തരവിപണിയിൽ സഞ്ചരിക്കുന്ന കള്ളപ്പണം മാത്രം മുപ്പത് ശതമാനത്തോളം വരും. ആകെ ക്രയവിക്രയത്തിന്റെ പത്ത് ശതമാനമാണ് പാക്ക് നിർമിത ഇന്ത്യൻ കറൻസി."

സുപ്രീത് സിങ്ങ് പറഞ്ഞു.

പാട്ടീൽ അത് ശരിവച്ചുകൊണ്ട് പറഞ്ഞു

" തിരികെയെത്തിയത് 99.6 ശതമാനം എങ്കിൽ ഒറ്റനോട്ടത്തിൽ ഇന്ത്യയിൽ കള്ള്പ്പണമില്ല കള്ളനോട്ടുമില്ല. പക്ഷേ മറഞ്ഞിരിക്കുന്ന

മുപ്പത് ശതമാനം കള്ളപ്പണം അന്തർധാരയായി ഒഴുകിക്കൊണ്ടിരിക്കുന്നു. ഒരു നോട്ടുനിരോധനത്തിനും അതിനെ തടുക്കാൻ കഴിയില്ല."

" പക്ഷേ അവരെ ഒന്നു വിരട്ടാൻ കഴിഞ്ഞു. മാഡം സുധാ കൃപലാനി നിങ്ങളുടെ ഇൻഫോർമേഷൻസ് പറയൂ.."

സുപ്രീത് സിങ്ങ് ആവശ്യപ്പെട്ടു.

സുധ കൃപലാനി തുടർന്നു

" കൊച്ചിയിൽ വരും എന്ന് കൃത്യമായ വിവരം കിട്ടിയിരിക്കുന്നതുകൊണ്ടാണ് പറയുന്നത്. കണ്ടെയ്നറുകളിൽ ടർക്കിഷ് ഓക്കുമരമാണ്. അതികത്താണ് പായ്ക്ക് ചെയ്ത കറൻസി അടുക്കിയിരിക്കുന്നത്. മരം മുറിച്ചാൽ മാത്രമേ അതറിയാൻ കഴിയൂ. ഒരിക്കലും കസ്റ്റംസിന് പിടിക്കാൻ കഴിയില്ല. ഒറ്റുകാരില്ലാതെ അത് സാധ്യമാവുകയേയില്ല."

" ഫന്റാസ്റ്റിക് ... ഈ വിവരം ശേഖരിച്ചയാൾ ജീനിയസ് തന്നെ."

പാട്ടീൽ ആശ്ചര്യശബ്ദമുയർത്തി.

" ആരാണയാൾ?"

സുപ്രീത് സിംഗ് ആകാംക്ഷയോടെ ചോദിച്ചു.

സുധ കൃപലാനി പറഞ്ഞു:

" ഹാരിസ് മരക്കാർ. നമ്മുടെ ജൂനിയർ ഉദ്യോഗസ്ഥനാണ്. അയാൾ ഇപ്പോൾ മുംബൈ റസ്റ്റോറന്റിൽ ഒരു ജോലിക്കാരനായി കയറിയിരിക്കുകയാണ്. കാദർ സാഹിബ് എന്ന അധോലോകവീരന്റെ സങ്കേതമാണ് ആ റസ്റ്റോറന്റ്. കാദറിന് കോഴിക്കോടും കൊല്ലത്തും ബ്രാഞ്ചുകളുണ്ട്. പാക്കിസ്ഥാനിൽ നിന്ന് വരുന്ന വ്യാജനോട്ടുകൾ കുഴൽപ്പണരൂപത്തിൽ ഇടപാടുനടത്തുന്നത് അയാളുടെ ഹോട്ടൽ ശൃംഖല വഴിയാണ്. കുഴിമന്തി പാഴ്സൽ വിതരണം ചെയ്യുന്ന ആളുകളിലൂടെ കുഴൽപ്പണവിതരണം ഭംഗിയായി നടത്തുന്നു. കഴിഞ്ഞ ദിവസം നടന്ന കോഴിക്കോട്ടേയും കൊല്ലത്തേയും ഓപ്പറേഷൻ ഹാരിസിന്റെ വിവരപ്രകരാമാണ് നടന്നിരിക്കുന്നത്. അതിൽ കാദറിന്റെ മക്കളിൽ ഒരാളെ പിടികൂടാൻ കഴിഞ്ഞു. അയാളെ നമ്മുടെ രഹസ്യകേന്ദ്രത്തിൽ ചോദ്യം ചെയ്തുകൊണ്ടിരിക്കുകയാണ് എന്നറിയാമല്ലോ. ആ കൃത്യം നടത്തിയത് രവിപൂജാരയാണെന്ന് മീഡിയ കണ്ടെത്തിയിരിക്കുന്നു. നമ്മൾ അത് തിരുത്താൻ പോയിട്ടില്ല.

അത് രഹസ്യമാക്കിവക്കാനാണ് മുകളിൽ നിന്ന് ലഭിച്ചിരിക്കുന്ന നിർദേശം. കാരണം മീനുകൾ ഇനിയും വലയിൽ വീഴാനുണ്ട്. മറ്റൊരു ഞെട്ടിപ്പിക്കുന്ന വിവരം കൂടിയുണ്ട്."

" അതെന്താണ്?"

" മലയാളസിനിമയിലെ സൂപ്പർ സ്റ്റാർ സമീർ ആണ് ലഷ്ക്കറെയുടെയും ഐഎസ്ഐയുടേയും ഏജന്റായി ഈ കളികൾക്ക് ഇവിടെ ചുക്കാൻ പിടിക്കുന്നത്."

" മൈ ഗോഡ്."

" മറ്റൊരാൾ ഗൾഫ് വ്യവസായി താജുദ്ദീനാണ്. കൊച്ചിയിൽ വരുന്ന രണ്ട് കണ്ടെയ്നറുകളിൽ ഒന്ന് അയാൾക്കുള്ളതാണ്. ഈ വിവരങ്ങളെല്ലാം നമുക്ക് തന്നിരിക്കുന്നത് നമ്മുടെ സ്റ്റാഫ് മിസ്റ്റർ ഹാരിസ് മരക്കാറാണ്. അയാളെ നമ്മൾ അപ്രീഷ്യേറ്റ് ചെയ്യണം."

എല്ലാവരും കൈയടിച്ചു.

12

അധ്യായം 12

അന്ന് കാദർ സാഹിബിന് കൗൺസിലിങ്ങ് പരിപാടികളൊന്നും ഇല്ലാതിരുന്നതിനാൽ സൽമക്ക് പ്രത്യേകിച്ച് ജോലിയൊന്നുമില്ലായിരുന്നു.

റസ്റ്റോറന്റിൽ നിന്ന് ജാഫറിന്റെ കണ്ണുവെട്ടിച്ച് സമദ് കാത്തിരിപ്പുകാർക്കുള്ള ഹാളിലെത്തി.

സൽമ ചില ഫയലുകൾ നോക്കി അവിടെത്തന്നെ ഇരിക്കുന്നുണ്ടായിരുന്നു.

പാദം മൂടത്തക്കവിധമുള്ള ബുർഖയും ഐനെറ്റും അണിഞ്ഞ് ഒരു അറേബ്യൻ സുന്ദരിയെപ്പോലെയുണ്ടായിരുന്നു അവൾ.

വെളുത്ത പാദങ്ങളിൽ ഗിൽറ്റ് പതിപ്പിച്ച ചുവന്ന വെൽവെറ്റ് ഹാഫ് ഷൂ വെട്ടിത്തിളങ്ങി.

പുറത്ത് കാണാവുന്ന കൈവിരലുകളിൽ കടും നിറമുള്ള ക്യൂട്ടക്സ് കാണാം.

" ഇന്നെന്താ ഫ്രീയാണോ?"

സമദ് ചോദിച്ചു.

സൽമ ചുറ്റുപാടും നോക്കി.

ആരേയും കാണാനില്ലെങ്കിലും അവളുടെ മുഖത്ത് പരിഭ്രമം നിഴലിച്ചു.

" എന്തിനാ ഇപ്പഴിങ്ങോട്ടു വന്നേ..എന്നെ കൊലക്ക് കൊടുക്കാനാണോ..?"

അവൾ ചോദിച്ചു.

“ ഞാൻ ചോദിച്ചതിന് മറുപടി പറയ്.. ഇതെന്താ ഇവിടാരും ഇല്ലാത്തെ..?”

“ സാഹിബ് റെസ്റ്റിലാണ്...ഉമ്മർ ആരുടേയോ പിടിയിലായി. അതിന്റെ ടെൻഷനുണ്ട്. കുറെ കാശും പോയെന്ന് കേൾക്കുന്നു. കിടപ്പാണ്..”

“ സാഹിബിന്റെ ഭാര്യയൊക്കെ എവിടാ?”

“ വൈത്തിരീല്.. മോളുടെയൊപ്പമാണ്. ഒരു മോളേയുള്ളൂ.”

“ കല്യാണം കഴിഞ്ഞതാണോ?”

“ അതേലോട്ടു നോക്കണ്ട. അതൊക്കെ കെട്ടിപ്പോയി.”

“ മരുമോൻ..?”

“ എന്തോ ബിസിനസാ..”

“ ഇങ്ങോട്ട് വരാറില്ലേ.?”

“ ഏയ്.”

“ സൽമയുടെ കല്യാണം കഴിഞ്ഞതാണോ?”

“ ഇപ്പഴാണോ ചോദിക്കണേ?”

“ എപ്പഴായാലും ചോദിക്കണ്ടേ?”

“ എന്റെ കല്യാണം കഴിഞ്ഞതാണ്. പക്ഷേ മൂന്നുമാസത്തിനുളലീൽ ഭർത്താവ് നജീം ഒരാക്സിഡന്റിൽ കൊല്ലപ്പെട്ടു. ഇവിടെ മുംബൈ റസ്റ്റോറന്റിലെ ജോലിക്കാരനായിരുന്നു. പുള്ളി എന്നെ പ്രേമിച്ച് വിളിച്ചറിക്കിക്കൊണ്ടുപോന്നതായതോണ്ട്. പിന്നെ എനിക്കാരുമില്ലാതായി. അങ്ങനെ സാഹിബ് എന്നെ ഇവിടെ കൊണ്ടുവന്നു നിർത്തി. പക്ഷേ എനിക്കറിയാം.....”

“ എന്ത്?”

സമദ് ആകാംക്ഷയോടെ ചോദിച്ചു.

സൽമ ചുറ്റും നോക്കി ആരുമില്ലെന്ന് ഉറപ്പുവരുത്തി പറഞ്ഞു:

“ നജീമിനെ ഇവര് കൊന്നതാണ്..എനിക്കുറപ്പാണ്. ഇവരുടെ എന്തൊക്കെയോ ചുറ്റിക്കളികള് പുള്ളിക്കാരനറിയാമായിരുന്നു.”

“ ചുറ്റിക്കളികള്ന്ന് വച്ചാൽ..?”

സമദ് ഒന്നുമറിയാത്തതുപോലെ ചോദിച്ചു.

“ കള്ളനോട്ട് ...കുഴൽപ്പണം..!”

“ ഇതൊക്കെ സൽമക്കറിയാമെന്ന് ഇവരെങ്ങാനുമറിഞ്ഞാൽ...?”

“ അറിഞ്ഞതായി ഞാൻ ഭാവിക്കുന്നില്ലല്ലോ..”

“ പകരം വീട്ടുമോ?”

“ ഇവർ ശക്തരാണ്. ഇവർക്കെതിരെ എന്നെപ്പോലൊരു പെണ്ണ് എന്തുചെയ്യാനാണ്..?”

സൽമ നിരാശയോടെ പറഞ്ഞു.

സമദ് അവളുടെ കണ്ണുകളിലേക്ക് നോക്കി.

പൊടുന്നനെ അവൻ അവളുടെ ചുണ്ടുകളിൽ ഉമ്മവച്ചു.

സൽമ കുതറിമാറി.

ഈ കൃത്യസമയത്ത് കാദർ സാഹിബിന്റെ മുറിയിലെ സിസിടിവിയിൽ അയാളുടെ കണ്ണുകൾ പതിഞ്ഞു.

കൺസൾട്ടിങ്ങിന് ആരൊക്കെ വരുന്നു പോകുന്നു എത്രപേരുണ്ട് എന്നൊക്കെയറിയാനും റിസപ്നിലിരിക്കുന്ന സൽമയെ നിരീക്ഷിക്കാനുമാണ് സിസിടിവി വച്ചിരുക്കുന്നത്.

അയാൾ കട്ടിലിൽ കിടന്നുകൊണ്ട് സമദും സൽമയുമായുള്ള രംഗം കണ്ടു.

പക്ഷേ സംഭാഷണങ്ങൾ ലഭ്യമല്ലാത്തിതിനാൽ സമദ് സൽമയെ കടന്നുപിടിക്കുന്നതും ബലമായി ചുംബിക്കുന്നതുമായാണ് കാദർ സാഹിബിന് തോന്നിയത്.

സൽമ സിസിടിവി ക്യാമറക്ക് നേരേ നോക്കിക്കൊണ്ട് പറഞ്ഞു

“ സമദേ, ഇവിടെ ക്യാമറയുണ്ട്..”

“ എന്നാൽ ബാത്ത്റൂമിലേക്ക് പോകാം..ഈ ബുർഖയിൽ നിന്നെ കണ്ടിട്ട് എനിക്ക് പ്രാന്ത് പിടിക്കുന്നപോലെ.”

“ എന്റെ പൊന്നുസമദേ ഒന്നു പോയിത്തരുമോ.”

സൽമ കൈകൂപ്പി.

സമദ് സൽമയുടെ കൈപിടിച്ച് വലിച്ചു.

“ നീയിങ്ങ് വാ..”

പൊടുന്നനെ സമദിന്റെ ചുമലിൽ ആഞ്ഞൊരു താഡനം വീണു.

കാദർ സാഹിബ് ക്രുദ്ധനായി നിന്ന് വിറക്കുന്നു.

“ നായിന്റെ മോനെ..നീ വന്നിട്ട് നാലു ദിവസം തികഞ്ഞില്ലല്ലോടാ..എന്നിട്ടിവിടത്തെ പെമ്പിള്ളേരെ കയറിപ്പിടിച്ച് ഉമ്മ വച്ച് കളിക്കാൻ നീ ധൈര്യപ്പെട്ടോ..?”

സമദ് അടികൊണ്ട് തെറിച്ചുവീണു.

സൽമ ഞെട്ടിയെഴുന്നേറ്റു.

" നീ അകത്ത് പോ പെണ്ണേ.."

കാദർ അവൾക്ക് നേരേ ആക്രോശിച്ചു.

സൽമ ജീവനും കൊണ്ട് അകത്തേക്കോടി.

കാദർ സമദിനെ നിലത്തിട്ട് ചവിട്ടി.

അപ്പോഴേക്കും അയാളുടെ ഗുണ്ടകൾ എവിടെ നിന്നെല്ലാമോ ഓടിയെത്തിയിരുന്നു.

ജാഫറും എത്തി.

" ഇവൻ ഉമ്മ കൊടുക്കലുകാരനാണല്ലേ..ഇവനു പറ്റിയൊരു ശിക്ഷ കൊടുത്തേക്ക്."

സമദിനെ എന്താണ് ചെയ്യേണ്ടതെന്ന് കാദർ സാഹിബ് ഗുണ്ടകൾക്ക് രഹസ്യമായി നിർദേശം നൽകി.

ഗുണ്ടകൾ സമദിനെ കൈകും കാലും കെട്ടി വലിച്ചിഴച്ചുകൊണ്ട് പോയി.

13

അധ്യായം 13

മുംബൈ റസ്റ്റോറന്റിലേക്ക് ഒരു ടിവി ചാനൽ സംഘം വന്നു.

ഒരു കുക്കറി പ്രോഗ്രാമിന്റെ ടീമാണ്.

മദാലസയായ ഒരു സ്ത്രീയായിരുന്നു അവതാരക.

മുംബൈ റസ്റ്റോറന്റിന്റെ സ്പെഷ്യൽ വിഭവമായ കുഴിമന്തിയുടെ വിശേഷങ്ങളായിരുന്നു അവർക്ക് അറിയേണ്ടിയിരുന്നത്.

ജാഫർ അവരെ എല്ലായിടത്തും കൊണ്ടു നടന്ന് കാണിച്ചുകൊടുത്തു.

അവതാരക മൈക്രഫോണിലൂടെ ക്യാമറയെ നോക്കി ഹിന്ദിയിൽ കുഴഞ്ഞ മലയാളത്തിൽ വിവരിച്ചു.

"ഇത് നമ്മുടെ സ്വന്തം കൊച്ചി. കൊച്ചിക്കാർക്ക് പ്രിയംകരമായ കുഴിമന്തിയുടെ തലതൊട്ടപ്പൻ എന്ന് വിശേഷിപ്പിക്കാവുന്ന മുംബൈ റസ്റ്റോറന്റിലാണ് ഞാനിപ്പോൾ നിൽക്കുന്നത്. ഈ റസ്റ്റോറന്റിന്റെ ഉടമ കാദർ സാഹിബാണ്. കാദർ സാഹിബിന്റെ കുഴിമന്തി ഏറെ പ്രശസ്തമാണ്. നമുക്കതിന്റെ വിശദമായ വിവരങ്ങളിലേക്ക് കടക്കാം...കാദർ സാഹിബിന്റെ മകനും റസ്റ്റോറന്റിൻചെ ചുമതലക്കാരനുമായ ജാഫർ ഇപ്പോൾ നമ്മളോടൊപ്പമുണ്ട്.."

തുടർന്ന് അവതാരക ജാഫറിനോട് ചോദ്യങ്ങൾ ചോദിക്കാൻ തുടങ്ങി.

ഇതിനിടയിൽ ചാനൽ സംഘാംഗങ്ങളിൽ പലരും പല മുറികളിലും കയറിയിറങ്ങി.

അത് ജോലിക്കാരെ അമ്പരപ്പിച്ചു.

ഒരു സേർച്ച് പോലെയായിരുന്നു അത്.

അവതാരക ചോദ്യങ്ങൾ ചോദിച്ചുകൊണ്ട് ജാഫറിനെ തടുത്ത് നിർത്തി.

ഇതേസമയം ശിക്ഷാമുറിയിൽ സമദിനെ ശിക്ഷിക്കാനുള്ള ഒരുക്കങ്ങൾ നടക്കുകയായിരുന്നു.

സമദിനെ ഒരു കസേരയിൽ കെട്ടിയിട്ടിരിക്കുന്നു.

ഒരു വലിയ ചട്ടുകം അടുപ്പിൽ ചുട്ടുപഴുക്കുന്നു.

" എടാ ഹിമാറെ, നീ വലിയ ചുംബനവീരനാണല്ലേ...ഞങ്ങളിവിടെ വന്നിട്ട് വർഷങ്ങൾ എത്രയായെന്നറിയാമോ. ഞങ്ങളിവിടെ ഒരുത്തിയേയും ചുംബിച്ചിട്ടില്ല. എന്നിട്ടാണ് ഇന്നലെ വന്ന നീ ഈ പണി കാണിച്ചത്.."

ഒരു ഗുണ്ട ആക്രോശിച്ചുകൊണ്ട് സമദിന്റെ മുഖത്തിടിച്ചു.

ഒറ്റയിടിക്ക് മൂക്കിൽ നിന്ന് ചോര വന്നു.

പിന്നേയും ആക്രോശങ്ങളുതിർത്തുകൊണ്ട് ഗുണ്ടകൾ സമദിനെ അടിച്ചു.

ഒരുത്തൻ പറഞ്ഞു:

"എടാ നിനക്ക് ഉമ്മവയ്ക്കാനുള്ള സാധനം ഞങ്ങൾ തരാം. എടാ അതിങ്ങു കൊണ്ടുവാ..."

അതുകേട്ടതോടെ ഒരാൾ എരിയുന്ന അടുപ്പിൽ നിന്ന് പഴുത്ത ചട്ടുകം എടുത്തുകൊണ്ടുവന്നു.

അതുവാങ്ങി ഗുണ്ടകളുടെ നേതാവായ ഒരുത്തൻ സമദിന്റെ മുഖത്തിന് നേരേ പിടിച്ചു.

" നീ ഇതിലാണ് ചുംബിക്കേണ്ടത്. ഈ പഴുത്ത ചട്ടുകത്തെ നീ കാര്യമായി ഉമ്മ വയ്ക്കണം. അത് നീ ചെയ്യുമോ അതോ ഈ ചട്ടുകത്തെക്കൊണ്ട് നിന്നെ ഉമ്മ വയ്പിക്കണോ...?"

ഒരുത്തൻ ആജ്ഞാപിച്ചു.

സമദ് ഞെട്ടിപ്പോയി.

തന്റെ മുഖം തനിക്ക് നഷ്ടപ്പെടാൻ പോവുകയാണ്.

സൽമയെ ചുംബിച്ചതിന്റെ പേരിൽ മാത്രമാണ് താൻ പിടിക്കപ്പെട്ടിരിക്കുന്നത്.

തന്റെ യഥാർത്ഥ്യം മുഴുവൻ ഇവരറിഞ്ഞാൽ പിന്നെ പൊടിപോലും കിട്ടില്ല.

" നീ ചെയ്യുന്നുണ്ടോ..അതോ?"

ആരോ ആക്രോശിച്ചു.

പഴുത്ത ചട്ടുകത്തിന്റെ ഗന്ധവും ചൂടും മുഖത്ത് വീശുന്നുണ്ട്.

ഏത് നിമിഷവും അത് തന്റെ മുഖത്ത് പതിക്കു.

അള്ളാഹുവേ..

സമദ് പ്രാർത്ഥിച്ചു.

ആ നിമിഷം ഹാളിന്റെ വാതിൽക്കൽ ഒരു ആരവം

" ഹായ് എവരിബഡി.."

ഒരു സ്ത്രീയുടെ ആഹ്ലാദനിർഭരമായ ശബ്ദം.

കുക്കറിഷോയുടെ അവതാരകയായ മദാലസ മൈക്കുമായി അകത്തേക്ക് ഓടി വന്നു.

പിന്നാലെ ക്യാമറാടീമും.

" ഹേയ് ഇത് പുതിയ വിഭവമാണോ..?"

കെട്ടിയിട്ടിരിക്കുന്ന സമദിനേയും അവന് മുന്നിൽ പിടിച്ചിരിക്കുന്ന ചട്ടുകത്തേയും കണ്ട് അവർ ചോദിച്ചു.

ജാഫർ പിന്നാലെയോടിയെത്തി.

" ഹേയ് ആരോട് ചോദിച്ചിട്ടാണ് നിങ്ങൾ ഇവിടേക്ക് വന്നത്?"

" ഇതെന്താണ് മിസ്റ്റർ..?"

അവതാരക ജാഫറിനോട് ചോദിച്ചു

" അതെന്തിനാണ് നിങ്ങളറിയുന്നത്. നിങ്ങൾ ഷൂട്ട് കഴിഞ്ഞെങ്കിൽ സ്ഥലം വിടാൻ നോക്ക്."

" അങ്ങനെ സ്ഥലം വിടാൻ വന്നവരല്ല ഞങ്ങൾ.."

സ്ത്രീ ഗൗരവത്തിൽ പറഞ്ഞു:

" പിന്നെ..?"

ഒരു ഗുണ്ട പുച്ഛത്തോടെ ചിരിച്ചുകൊണ്ട് മിനിസ്കെർട്ട് ധരിച്ച അവരുടെ നിതംബത്തിൽ പിടിച്ച് അമർത്തി.

അവതാരക രൂക്ഷമായി അയാളെയൊന്ന് നോക്കിയതും അയാൾ മുൻഭാഗം പൊത്തിപ്പിടിച്ചുകൊണ്ട് നിലവിളിയോടെ നിലത്തിരിന്നുതും ഒരുമിച്ചായിരുന്നു.

അത്രയും സ്പീഡിലാണ് അവരുടെ കാല് അയാളുടെ മുൻഭാഗത്തെ കൃത്യസ്ഥലത്ത് പതിച്ചത്.

സമദ് ദീർഘനിശ്വസത്തോടെ അവരെ നോക്കി.

ആ സ്ത്രീ അവനെ നോക്കി കണ്ണിറുക്കി ചിരിച്ചു.

ജാഫർ ഞെട്ടി.

അയാൾ അലറി.

“ ഒരു മൈരനും ജീവനോടെ വെളിയിൽ വെളിയിൽ പോകരുത്...ആ വാതിലടക്ക്.”

ഗുണ്ടകൾ ജാഗ്രതയോടെ അവരെ വളഞ്ഞു.

ജാഫർ ഞൊടിയിടയിൽ അവതാരകയെ പിടിച്ച് കഴുത്തിലൂടെ കൈയിട്ട് പൂട്ടിട്ട് നിർത്തി.

എന്നിട്ട് മറ്റേക്കൈ കൊണ്ട് പഴുത്ത ചട്ടുകം ഗുണ്ടയുടെ കൈയിൽ നിന്ന് വാങ്ങി ആ സ്ത്രീയുടെ മുഖത്തിന് നേരെ പിടിച്ചു.

“ ആരും അനങ്ങരുത്. അനങ്ങിയാൽ നിന്റെയൊക്കെ ഈ വെണ്ണക്കൽ തമ്പ്രാട്ടീടെ മുഖം ഞാൻ കരിച്ച് പൊരിക്കും. ഇനി പറയ് ആരാ നീയൊക്കെ..?”

“ സ്റ്റോപ്പ്..”

വാതിൽക്കൽ നിന്നൊരാൾ ജാഫറിന് നേരെ പിസ്റ്റൾ ചൂണ്ടി.

“ ഡ്രോപ് ദാറ്റ് സ്പാറ്റുല.”

“ ഇല്ലെങ്കിൽ..?”

“ അൺ ലെസ് ഐ വിൽ ഷൂട്ട് യൂ..”

അത് പറഞ്ഞുനിറുത്തിയതും വെടി പൊട്ടി.

ജാഫറിന്റെ കൈപ്പത്തി ചിതറി

അയാൾ അലറിക്കരഞ്ഞുകൊണ്ട് അവതാരകയെ വിട്ടു.

ഗുണ്ടകൾ പതറി.

തോക്കുധാരി ജാഫറിനടുത്തേക്ക് വന്ന് അയാളുടെ കവിളിൽ കുത്തിപ്പിടിച്ചിട്ടു പറഞ്ഞു:

“ വീ ആർ ഫ്രം റോ..”

എന്നിട്ട് സംഘാംഗങ്ങളോട് നിർദേശിച്ചു

“ എല്ലാവരേയും അറസ്റ്റ് ചെയ്യൂ...”

സമദിന്റെ കെട്ടഴിച്ചു.

സമദ് അവരുടെ മുന്നിൽ വിനീതനായി നിന്നു.

“ താങ്ക്സ് സുധാ കൃപലാനി മാഡം, താങ്ക്സ് പ്രിതീഷ് സർ..”

“ ആർ യൂ ഓക്കെ മിസ്റ്റർ ഹാരിസ് മരക്കാർ..?”

പ്രിതീഷ് സിങ്ങ് ചോദിച്ചു.

" നിങ്ങൾ തക്കസമയത്ത് വന്നതുകൊണ്ട് എന്റെ മുഖം വികൃതമായില്ല. ഇവരുടെ ശിക്ഷാരീതികൾ ഇങ്ങനെയൊക്കെയാണ്. നിരവധി കൊലപാതകങ്ങളും ഇവർ നടത്തിയിട്ടുണ്ട്."

" ലോക്കൽ പോലീസിന് ഓർഡർ കൊടുക്കൂ സുധാ മാഡം."

പ്രിതീഷ് സിങ്ങ് നിർദേശിച്ചു.

അപ്പോഴേക്കും റോയും സംഘം എല്ലാവരേയും അറസ്റ്റ് ചെയ്തിരുന്നു.

ജാഫറിനും സംഘത്തിനും ഞെട്ടലായിരുന്നു.

ഹാരിസ് മരക്കാരെന്ന റോ ഉദ്യോഗസ്ഥനാണ് സമദ് എന്ന വ്യാജപ്പേരിൽ ഹോട്ടലിൽ ജോലി ചെയ്തിരുന്നത് എന്ന കാര്യം വിശ്വസിക്കാൻ കഴിയുന്നില്ല.

കാരണം ഒരു ഈച്ച പോലും തങ്ങളറിയാതെ മുംബൈ റസ്റ്റോറന്റിൽ വിലങ്ങുകയില്ല എന്ന് ഉറപ്പാക്കിയിരുന്നതാണ്.

ചെറിയ തെറ്റുകൾക്ക് പോലും ജോലിക്കാർക്ക് കനത്ത ശിക്ഷകൾ കൊടുത്ത് ഭയപ്പെടുത്തി നിർത്തിയിരുന്നു.

അതിനാൽ ഒരുത്തൻ പോലും ഒറ്റിക്കൊടുക്കാൻ ധൈര്യപ്പെടുകയില്ലായിരുന്നു.

ജാഫർ താഴ്ത്തിപ്പിടിച്ച തലയോടെ അറസ്റ്റ് ചെയ്യപ്പെട്ട് വണ്ടിയിൽ കയറ്റപ്പെട്ടു.

മുംബൈ റസ്റ്റോറന്റിന്റെ മുൻഭാഗത്ത് ജനപ്രളയമായിരുന്നു. മീഡിയാകളുടെ വാഹനങ്ങൾ കൊണ്ട് റോഡ് നിറഞ്ഞു.

മുംബൈ റസ്റ്റോറന്റിൽ നടന്ന സേർച്ചിൽ കോടികളുടെ വ്യാജനോട്ട് പിടിച്ചെടുത്തിരുന്നു.

മാത്രമല്ല കുഴൽപ്പണ ഇടപാടുകളുടെ വിവരങ്ങളും ലഭിച്ചു.

ഇതേസമയം തന്നെ മുംബൈ റസ്റ്റോറന്റിന്റെ കൊല്ലത്തും കോഴിക്കോടും ഉള്ള ബ്രാഞ്ചുകളിലും റെയ്ഡ് നടന്നു. രേഖകളും പണവും പിടികൂടുകയും ചെയ്തു.

പക്ഷേ കാദർ സാഹിബിനെ പിടികൂടാനായില്ല.

കാദർ സാഹിബ് സൽമയേയും കൂട്ടി രക്ഷപ്പെട്ടുകളഞ്ഞു.

ആശുപത്രിയിൽ ചികിത്സയിലായിരുന്ന ഇളയ മകൻ സുനീറിനെ കാദർ ഫോൺ ചെയ്ത് വിവരം അറിയിക്കുകയും ചെയ്തു. സുനീർ ആശുപത്രിയിൽ നിന്ന് രക്ഷപ്പെട്ടു.

14

അധ്യായം 14

ഗോവൻ തീരത്ത് വച്ച് ഇന്ത്യൻ മഹഗാസമുദ്രത്തിൽ റൗത്ത് സുൽത്താന എന്ന് പാക്ക് കപ്പലിൽ കോസ്റ്റ് ഗാർഡിന്റെ സഹായത്തോടെ റോ നടത്തിയ റെയ്ഡിൽ രണ്ട് കണ്ടെയ്നർ ടർക്കിഷ് ഓക്ക് മരത്തടികൾ പിടികൂടി.

അത് മുറിച്ചുനോക്കിയപ്പോൾ ഒന്നും കണ്ടെത്താനായില്ല.

അതിനാൽ അതിന്റെ ഏജൻസിക്ക് നഷ്ടപരിഹാരം കൊടുക്കേണ്ടി വന്നു.

കപ്പലിൽ സംശയാസ്പദമായ ഒന്നുമുണ്ടായിരുന്നില്ല.

ലഷ്കറെ തോയിബയുമായോ ഐഎസ്ഐയുമായോ ബന്ധപ്പെട്ട ഒരു വിവരവും ലഭിച്ചില്ല.

അതിനാൽ കപ്പൽ യാത്ര തുടർന്നു.

കറുപ്പ് നിറമുള്ള ഒരു ഡസ്റ്റർ കൊച്ചി ധനുഷ്കോടി ഹൈവേയിലൂടെ കുതിച്ചു പാഞ്ഞു.

അതോടിച്ചിരുന്നത് ഒരു വൃദ്ധനായിരുന്നു.

പിൻസീറ്റിൽ ഒരു യുവതി ഇരിക്കുന്നുണ്ടായിരുന്നു.

കറുത്ത വെൽവെറ്റ് ബുർഖയണിഞ്ഞ് ഐ നെറ്റ് ധരിച്ച ഒരു സുന്ദരി.

അത് കാദർ സാഹിബും സൽമയുമായിരുന്നു.

ഒരു വൃദ്ധന്റെ ശാരീരിക പ്രവണതകൾക്ക് നിരക്കാത്ത സ്പീഡാണ് വണ്ടിക്ക്.

ഇയാളുടെ എല്ലാ രീതികളും ഇങ്ങനെ തന്നെയാണല്ലോ എന്ന് സൽമ ഓർത്തു.

അവൾ ബാഗ് തുറന്ന് നോക്കി.

രണ്ട് തടിച്ച ഇരുമ്പുകമ്പികളും ഒരു ഇലക്ട്രിക് ഹീറ്ററും അതിലില്ലേ എന്ന് ഉറപ്പുവരുത്തി.

എന്നിട്ട് നിഗൂഢമായി ഒന്നു ചിരിച്ചു.

“ അവനെ നിനക്ക് നേരത്തേ അറിയാമായിരുന്നോ?”

കാദറിന്റെ ചോദ്യം പൊടുന്നനെയായിരുന്നു.

സൽമ എന്നു ഞെട്ടി.

പക്ഷേ അവൾ വേഗം തന്നെ സമനില വീണ്ടെടുത്തു.

“ ഇല്ല.”

“ അവൻ നിന്നോട് പ്രേമമായിരുന്നോ..?”

“ അറിയില്ല.”

“ നിനക്കോ?”

“ എന്ത്..?”

“ അവനോട് നിനക്ക് പ്രേമമായിരുന്നോ എന്ന്?”

“ ഞാനയാളെ നേരേ ചൊവ്വേ കണ്ടിട്ടില്ല.”

“ പിന്നെ അവൻ നിന്നെ ഉമ്മ വച്ചതെന്തിനാണ്..?”

“ തക്കം കിട്ടിയാൽ ആണുങ്ങളായ ഏത് നാറികളും പെണ്ണുങ്ങളെ എന്തും ചെയ്യാൻ മടിക്കില്ല. എന്തും...ആ പെണ്ണുങ്ങൾ വേറെങ്ങും പോകാൻ മാർഗമില്ലാത്തവരാണെങ്കിൽ തീർന്നു കഥ.”

സൽമ രോഷത്തോടെ പറഞ്ഞു.

“ നീ ആരെ കൊള്ളിച്ചാണ് പുലയാടി വായിൽക്കൊള്ളാത്ത വർത്താനം പറയണത്. ചോദിച്ചതിന് മാത്രം മറുപടി.”

കാദർ സാഹിബ് ശാസിച്ചു.

സൽമ പിന്നെ ഒന്നും മിണ്ടിയില്ല.

ഐനെറ്റിനിടയിലൂടെ അവളുടെ കത്തുന്ന കണ്ണുകൾ അയാളെത്തന്നെ തുറിച്ചുനോക്കിയിരുന്നു.

കാർ മധുരയിലെ പ്രാന്തപ്രദേശത്തെവിടെയോ ഉള്ള ഒരു മൂന്നാം കിട ടൂറിസ്റ്റ് ഹോമിൽ ചെന്നു നിന്നു.

അവിടെ അവർ ഉപ്പയും മകളുമായി അഭിനയിച്ചു.

റൂമിൽ ചെന്നയുടനെ കാദർ സാഹിബ് സൽമയോട് വസ്ത്രങ്ങളഴിക്കാൻ ആവശ്യപ്പെട്ടെങ്കിലും അവൾ തന്ത്രപൂർവം ഒഴിഞ്ഞുമാറി.

" തൽക്കാലം എന്തെങ്കിലും കുടിക്കുകയോ കഴിക്കുകയോ ചെയ്തിട്ട് ഇത്തിരി വിശ്രമിക്ക്. ഇത്രയും ദൂരം വണ്ടിയോടിച്ചതല്ലേ."

അയാൾ പക്ഷേ സൽമയേയും കെട്ടിപ്പിടിച്ചുകൊണ്ട് ബെഡ്ഡിലേക്ക് വീണു.

അവൾ പിടഞ്ഞെഴുന്നേറ്റ് മാറി.

എന്നിട്ട് ഫ്ളാസ്കിൽ നിന്ന് രണ്ട് കപ്പുകളിലേക്ക് ചായ പകർന്നു.

ഒരു കപ്പിൽ അയാൾ കാണാതെ അവൾ ഒരു ഗുളിക പൊടിച്ചിട്ടു.

എന്നിട്ട് ആ കപ്പ് അയാൾക്ക് കൊടുത്തു.

" ദാ ഈ ചായ കുടിക്ക്."

അയാൾ ചായ വാങ്ങി അല്പാല്പമായി മൊത്തിക്കുടിച്ചു.

" ഇനി നമ്മളെങ്ങോട്ടാ..?"

സൽമ ചോദിച്ചു:

" കാദർ സാഹിബിനെ തോൽപിക്കാൻ ആർക്കും പറ്റില്ല. ഏത് ഇന്ത്യൻ ചാരസംഘടനക്കും പിടികൊടുക്കാത്തവനാണ് കാദർ സാഹിബ്. ഇന്ത്യ ഏതൊരു മുസൽമാനേയും പോലെ എന്റെ ശത്രുരാജ്യമാണ്."

"ഇന്ത്യ എല്ലാ മുസ്ലിംകളുടേയും ശത്രുരാജ്യമാണോ?"

" ആണ്.....ആയിരിക്കണം... എന്താ നീയങ്ങനെയല്ലെ..?"

സൽമ ഒന്നും മിണ്ടിയില്ല.

അയാൾ തുടർന്നു:

" പാക്കിസ്ഥാനാണ് നമുക്ക് അന്നം തരുന്നത്. നമ്മുടെ രാജ്യം പാക്കിസ്ഥാനാണ്. ഒരു നാൾ പാക്കിസ്ഥാൻ എന്ന മഹാരാഷ്ട്രം ഇന്ത്യ എന്ന ഹറാമുകളുടെ രാജ്യം പിടിച്ചെടുക്കും. ഇവിടത്തെ ഹിന്ദു ക്രിസ്ത്യൻ പട്ടികളെയെല്ലാം നമ്മുടെ പട്ടാളക്കാർ കൊന്നൊടുക്കും. അന്ന് കമ്യൂണിസ്റ്റുകാരും കോൺഗ്രസുകാരും ബിജെപിക്കാരുമൊന്നും ഇവിടുണ്ടാവില്ല. ഇവിടെ ഇസ്ലാമിക് സ്റ്റേറ്റ് ഭരിക്കും."

അയാൾ ചായ കുടിച്ചുതീർത്തതോടെ വാക്കുകൾ കുഴഞ്ഞു.

സൽമ ചായക്കപ്പ് അയാളുടെ കൈയിൽ നിന്ന് വാങ്ങി.

അയാളുടെ സ്വബോധം പതിയെ നഷ്ടപ്പെടുകയാണ്.

സൽമ അയാളെ എഴുന്നേൽപ്പിച്ച് നിർത്തി.

പിന്നെ അയാളുടെ വസ്ത്രങ്ങൾ എല്ലാം അഴിച്ചെടുത്തു.

“ നീ എന്നെ എന്താണ് ചെയ്യുന്നത്?”

അയാൾ ഇക്കിളി കൂടി ചിരിക്കുന്നതെന്മ്പോലെ കുഴഞ്ഞ് ചോദിച്ചു.

അവൾ ബാഗിൽ നിന്ന് ഇലക്ട്രിക് ഹീറ്ററെടുത്ത് പ്ലഗിൽ കുത്തിയിട്ടു.

ഒപ്പം അതിന്റെ മുകളിൽ ഒരു ഇരുമ്പുകമ്പിയും വച്ചു.

സൽമ അയാളെ മുറിയിലെ മേശമേൽ കുനിച്ച് നിർത്തി

അയാളുടെ കൈകൾ രണ്ടും മേശയിലെ കാലുകളിൽ നേരത്തേ കരുതിയിരുന്ന നൈലോൺ കയറുപയോഗിച്ച് വലിച്ചുകെട്ടി.

അതുപോലെ കാലും കെട്ടിയിട്ടു.

ഇപ്പോൾ അറുക്കാൻ കൊണ്ടുവന്ന ബലിമൃഗം ബലിക്കല്ലിൽ കിടക്കുന്നപോലെ കാദർ സാഹിബ് മേശമേൽ കുനിഞ്ഞ് ചാഞ്ഞുകിടന്നു.

സൽമ അറ്റം മിനുസപ്പെട്ട മറ്റൊരു ഇരുമ്പുദണ്ഡ് ബാഗിൽ നിന്നെടുത്ത് അതിൽ ഒലീവ് ഓയിൽ പുരട്ടി.

അയാൾ നിത്യവും അവളോട് ചെയ്യാറുള്ളതുപോലെ അവൾ അയാളുടെ ഗുദദ്വാരത്തിൽ മെല്ലെ ആ ഇരുമ്പുകമ്പി കയറ്റി.

അയാൾ നാവു കുഴഞ്ഞ സീൽക്കാര ശബ്ദങ്ങൾ പുറപ്പെടുവിച്ചു.

സൽമ അയളുടെ വായിൽ തുണി തിരുകി കെട്ടിവച്ചു.

ഒലിവെണ്ണ പുരണ്ട ഇരുമ്പുകമ്പി അയാളുടെ ഗുദദ്വാരത്തിൽ സുഗമമായി ചലിച്ചുതുടങ്ങിയപ്പോൾ സൽമ ആ പരിപാടി നിർത്തി ഇലക്ട്രിക് ഹീറ്ററിന് മുകളിലെ അറ്റം കൂർത്ത ഇരുമ്പുകമ്പി എടുത്തുകൊണ്ടുവന്നു.

അത് ചുട്ടുപഴുത്ത് ചുവന്ന നിറമായിരുന്നു.

അതൊരു കാളയുടെ ലിംഗത്തെ ഓർമിപ്പിച്ചു.

അവൾ അവളുടെ ഭർത്താവ് നജീമിനെ സ്മരിച്ചു.

പിന്നെ കാദർ സാഹിബിനോടൊപ്പമുണ്ടായിരുന്ന കാളരാത്രികളെ ഓർത്തു.

എന്നിട്ട് കടുത്ത പകയോടെ ആ ചുട്ടുപഴുത്ത ഇരുമ്പുകമ്പി അയാളുടെ മലദ്വാരത്തിൽ ആഞ്ഞു കയറ്റി.

അയാൾ ശക്തമായി പിടഞ്ഞു.

അത് അവിടെ തറച്ചുവച്ചിട്ട് അവൾ പിന്നോക്കം നീങ്ങി.

എന്നിട്ട് സർവശക്തിയും സമാഹരിച്ച് ആ കമ്പിയിൽ ആഞ്ഞുചവിട്ടി.

" ഇത് എന്റെ നജീമിന് വേണ്ടി....പിന്നെ എല്ലാ ഇന്ത്യാക്കാർക്കും വേണ്ടി...പിന്നെ എന്റെ ജീവിതത്തിനേ വേണ്ടി.."

ആ പഴുത്ത കൂർത്ത കമ്പി അയാളുടെ ആന്തരികാവയങ്ങളേ നിഷ്കരുണം ഭേദിച്ചുകൊണ്ട് ഹൃദയത്തിലേക്ക് തറഞ്ഞു കയറി.

കാദർ സാഹിബ് രക്തത്തിൽകുളിച്ച പിടഞ്ഞു.

അയാൾ മരിക്കുന്നതുവരെയുള്ള സമയം കൊണ്ട് അവൾ ബുർഖ മാറ്റി സാരി ധരിച്ചു.

ഏതാനും കെട്ട് നോട്ടുകൾ കാദറിന്റെ ബാഗിലുണ്ടായിരുന്നു.

അതും എടുത്ത് തന്റെ ബാഗും എടുത്ത് മുറി പുറത്ത് നിന്ന് പൂട്ടി സൽമ അതിവേഗം ടൂരിസ്റ്റ് ഹോമിന് വെളിയിൽ കടന്നു. ലോഡ്ജിന്റെ റിസ്പപ്ഷനിൽ ആരേയും കണ്ടില്ല.

അതൊരു നിലവാരമില്ലാത്ത ലോഡ്ജായിരുന്നതിനാൽ സിസിടിവി ഉണ്ടാകില്ലെന്ന് അവൾക്ക് മനസിലായി.

അതിനാൽ മനസമാധാനത്തോടെ അവൾ യാത്ര തുടർന്നു.

ഇന്റർ സർവീസ് ഇന്റലിജൻസ് (ഐഎസ്ഐ) ആസ്ഥാനം പാക്കിസ്ഥാൻ

ആബ്പാര, ഇസ്ലാമാബാദ്

അഹമ്മദ് പർവേസ് ഖയാനിയുടെ വിശാലമായ ക്യാബിൻ.

പിന്നിലെ കറുത്ത നിറമുള്ള ചുവരിൽ ഒരു വലിയ പതാകയുണ്ടായിരുന്നു.

വെളുത്ത പശ്ചാത്തലത്തിൽ പച്ച നിറമുള്ള ഒരു പരിചക്ക് നടുവിൽ സർപ്പത്തെ തിന്നുന്ന മർഖൂർ ആടിനെയും അതിന് മുകളിലായി ചന്ദ്രക്കലയും നക്ഷത്രവും ആലേഖനം ചെയ്ത ആ പതാക പാക്ക് ചാരസംഘടനയായ ഐഎസ്ഐയുടേതാണ്.

ക്യാബിനിലേക്ക് ലെഫ്റ്റനന്റ് കമാൻഡന്റ് ദർവീർ മുഹമ്മദിനൊപ്പം ഒരു യുവതി കടന്നുവന്നു.

" അസലാമു വ അലൈകും."

യുവതി അഭിവാദ്യം ചെയ്തു

" വ അലൈകു മസലാം.."

അഹമ്മദ് പർവേസ് ഖയാനി അവരെ ഊഷ്മളമായി സ്വാഗതം ചെയ്തു.

" ഇരുന്നാലും മിസ് ശിവാനി ബജാജ്...സോറി..ഖലീസ ദിയ ഉമർ...അല്ലേ.."

അതും പറഞ്ഞ് അഹമ്മദ് പർവേസ് ഖയാനി പൊട്ടിച്ചിരിച്ചു.

യുവതിയും ദർവീറും ആ ചിരിയിൽ പങ്കു ചേർന്നു.

" ഇനി നമ്മളെന്താണ് ചെയ്യാൻ പോകുന്നതെന്ന് ഇന്ത്യ കണ്ടറിയട്ടെ."

അഹമ്മദ് പർവേസ് ഖയാനി അയാൾ പകയോടെ പറഞ്ഞു.

അതേസമയം ഖലീസ ദിയ ഉമറെ തേടി ഒരു ഫേസ്ബുക്ക് ഫ്രണ്ട് റിക്വസ്റ്റ് വന്നു.

ഇന്ത്യൻ ചാരന്മാർ പുതിയ വല വിരിക്കുകയായിരുന്നു.

www.ingramcontent.com/pod-product-compliance
Lightning Source LLC
LaVergne TN
LVHW060148051026
849517LV00007B/2591
9798889516064